Published by
Luviri Press
P/Bag 201 Luwinga
Mzuzu 2
Malawi

ISBN   978-99960-66-44-3
eISBN   978-99960-66-45-0

Luviri Press is represented outside Malawi by:
African Books Collective Oxford (order@africanbookscollective.com)

www.mzunipress.blogspot.com

www.africanbookscollective.com

Editorial assistance: Daniel Scharnowski
Cover: Josephine Kawejere

Moyo ndi Utumiki wa Mbusa ndi Mayi Muocha a Mpingo wa Providence Industrial Mission

Moyo ndi Utumiki wa Mbusa ndi Mayi Muocha a Mpingo wa Providence Industrial Mission

Patrick Makondesa

Luviri Press

Mzuzu

2020

Mawu Oyambirira

Ambiri mwa ife timadziwa za mbiri ya Providence Industrial Mission. Mpingowu udayambidwa ndi Mbusa John Chilembwe yemwe poyamba adapita ku America pamodzi ndi Bambo Booth mchaka cha 1897. Adabwera kuno mchaka cha 1900 ndi kuyambitsa mishoni m'boma la Chiradzulu yotchedwa Providence Industrial Mission. Ambiri timadziwa dzina loti PIM, koma mpingowu unkatchedwa First African Baptist Church, ndipo tsopano umadziwika ndi dzina loti African Baptist Assembly.

Ambirinso timadziwa za nkhondo ya Chilembwe imene inachitika mchaka cha 1915. Pa nthawiyi tchalitchi cha PIM chidaphwasulidwa ndipo mpingowu unaletsedwa. Mpaka chaka cha 1924 mpingowu sunaloledwe kuchita mapemphero. Mchaka cha 1926 Mbusa Dr Daniel Sharpe Malikebu analoledwa kutsekulanso PIM ku Mbombwe. Pa ubwana wake Mbusa Malikebu anapita ku America kukachita maphunziro monga Chilembwe adachitira. Malikebu adaphunziranso za udotolo. Pobwera kuchokera ku America anabwera ndi mkazi wake Flora, amene anabadwira ku Congo koma anakulira ku America. Panthawiyo dzina la Mpingo linali National Baptist Assembly of Africa, Nyasaland Inc., monga dzina la mpingo umene udathandidza Chilembwe ndi Malikebu unkatchedwa National Baptist Convention of USA Inc. Uwu ndi mpingo wa anthu achikuda ku America.

Zaka zonsezi Malikebu anali Pulezidenti wa mpingowu, koma msonkhano wa MCP umene adakachitira ku Kasungu mchaka cha 1966 analengeza kuti pakhala munthu mmodzi yekha wotchedwa Pulezidenti m'Malawi. Motero Malikebu adauzidwa kusiya dzinali, kuphatikiza apo, analengezanso kuti bungwe lili lonse lisatchedwe ndi dzina loti "National" ndipo Malikebu anauzidwanso kuti asinthe dzina la mpingo wake.[1]

Pa chifukwa ichi atsogoleri a mpingo anasankha dzina loti African Baptist Assembly, Malawi Inc., ndipo Malikebu anali Chairman (Wapampando) wake.

Mchaka chili chonse mpingowu umakhala ndi msonkhano waukulu. Membala aliyense wa kumsonkhanoku amayenera kukhala ndi kakhadi. Panthawiyi mchaka cha 1968, mawu ena anasintha pa timakaditi.

Poyamba kakhadika kanali chonchi "Name ... ... Messenger to the 18th Annual Session of the National Baptist Assembly of Africa, Nyasaland Inc. August 27 to September 1, 1963. Providence Industrial Mission Assembly Theatre Chiradzulu (Dr) D.S. Malikebu. President."[2]

---

1   Zochokera kwa Mbusa B.G. Chibwana, 27 September, 1995.
2   Messengers card ya msonkhano nambala 18, wa National Baptist Assembly, 1963.

Mchaka cha 1968, kakhadika kadalembedwa chonchi: "Name Messenger to the 23rd Annual Session of the African Baptist Assembly, Malawi Inc. August 3 to August 10, 1968. Providence Industrial Mission Theatre, Chiradzulu. (Dr) D.S. Malikebu. (Chairman). [3]

Mchaka cha 1971, Mbusa Malikebu anapumula ntchito ndipo Mbusa Leonard C. Muocha anatenga udindo wake wa uChairman. Panthawi imene Muocha anapumula anali atagwira ntchito kwa zaka 38. Mu zaka za utumiki wake anakomana ndi zinthu zambiri komanso zinthu zina zinasintha.

---

[3] Messengers card ya msonkhano nambala 23, wa African Baptist Assembly, 1968.

Mutu 1
Zaka zoyambirira za Mbusa Muocha

Mbusa Leonard C. Muocha anabadwa mchaka cha 1911, pa 13 July. Anabadwira mmudzi wa Chiputula mfumu yayikulu Mwambo m'boma la Zomba. M'banja lawo analimo ana asanu ndi mmodzi, amuna anayi, akazi awiri. Amayi ake anali a Chiwandara Gunda a mtundu wa Anyanja. Kwao kunali kwa Liwawanya mmudzi mwa mfumu yayikulu Mkanda, boma la Chiradzulu. Atate ake anali Scot Muocha, a mtundu wa Anyanja, ndipo anachokera ku Chiradzulo m'dziko la Mozambique. Makolo a Muocha anachoka ku Mozambique chifukwa cha njala, azungu asanafike ku Malawi. Poyamba makolowa amakhala ku Phalombe mdera la mfumu Nkhumba. Kenako anasamukira kwa Chiputula kumene Muocha anabadwira. Akhristu ena a Mpingo wa PIM amene ankapemphera ku Mbombwe anawakopa ndipo anakalowa makalasi a ubatizo. Ku mapeto a chaka cha 1914 Chilembwe analengeza ku Mpingo kuti onse ofuna kubatidzidwa adzapite ku mishoni pa sabata loyamba la mwezi wa January chaka cha 1915. Amene adzalephera kupita ndiye kuti sadzabatizidwanso, chifukwa unali ubatizo womaliza umene Chilembwe akadachititsa.[1]

Pa tsiku limenero makolo a Leonard Muocha sadathe kupita ku mishoni chifukwa unali mtunda wautali ngati 50 kilomita. Ali kwa Chiputula pa February, mchaka chomwecho cha 1915, nkhondo ya John Chilembwe inabuka ndipo makolowa adathawira ku Chiradzulo m'dziko la Mozambique. Chifukwa cha kuzunzidwa ndi boma la Chipwitikizi, makolo a Muocha anabwereranso ku Malawi mchaka cha 1918. Banja la Muocha linakhazikika ku dera la Malunguni kwa Nambazo m'dera la mfumu Nazombe boma la Phalombe. Malowa ali pafupi ndi malire a dziko la Malawi ndi Mozambique. Anakhala pamenepa chifukwa amaopa, ngati zinthu zikadaipa mbali ina akanatha kuthawira mbali inanso.

Kwa Nambazo

Kwa Nambazo banja la Muocha silinalowe mpingo uliwonse chifukwa pa nthawiyi nkuti mpingo wa PIM utaletsedwa. Mchaka cha 1926, tchalitchi cha PIM chinatsekulidwanso motero amayi a Muocha anabatidzidwa ndi Dr Malikebu. Koma bambo ake a Muochayu sadalowe mpingo uliwonse, motero iwo sadabatizidwe. Bambo Scot Muocha anali mlenje ndipo anali ndi mfuti. Motero

1 Zochokera kwa Mbusa L.C.Muocha, 14 December, 1995.

amatha kupha nyama ndi kusamala banja lawo bwino. Analinso munthu wa malonda. Ankapita ku Mbwani ku gombe la nyanja ku Mozambique kumene amagula zovala ndi makasu. Mwa njira izi a Muocha amasamala banja lawo ndipo ana awo anali ndi moyo wosangalala.

Ubwana ndi ukwati wake ndi kutembenuka mtima kwake

Pa ubwana wake Mbusa Muocha amakonda kuwedza nsomba m'nyanja ya Chilwa. Apa nkuti sukulu zisadafike mdera lawo. Mchaka cha 1922 mishoni ya CCAP inakhazikitsa sukulu pa mudzi wa Nambwale, m'boma la Phalombe. Muocha analowa sukuluyo, ndipo tsiku lililonse amayenda mtunda wokwana makilomita atatu kapena anayi, kuchoka ku Malunguni kupita kumudzi wa Nambwale.

Ali kusukulu anaphunzira kalembedwe ka mawu, Cent 1, Cent 2, *Mleme*, *Nkhwere*, *Mfulu*, *Chembasisi* 1 ndi *Chembasisi* 2, English gawo loyamba ndi gawo lachiwiri. Mchaka cha 1929 anasiya sukulu kwa Nambwale nakalowa sukulu ya ku Providence Industrial Mission. Ali ku sukulu ya ku PIM anaphunzira English gawo loyamba ndi la chiwiri, Infant, Standard 1 mpaka 6. Anaphunzitsidwa ndi Dr Malikebu, pamodzi ndi mkazi wake Flora, John Knox Bilali (wochokera ku Zomba komanso mlamu wake wa Geofrey Chipengule), Ruth Lawrence (mlongo wake wa Malikebu anakwatiwa ndi I.M. Lawrence), Geofrey Chipengule (wochokera ku Zomba) ndi Amoni Mussa, (wochokera pa mudzi wa Mtupanyama ku Chiradzulu komanso ndi nsuweni wake wa Dr Malikebu).

Atamaliza maphunziro ake Muocha analembedwa ntchito ndi Malikebu pa mishoni. Amathandiza Malikebu ntchito zosiyanasiyana monga za kuchipatala ndi kunyumba. Dr Malikebu akapita ku America Muocha amasiyiridwa ntchito ya ku chipatala ndi ku tchalitchi. Amagwiranso ntchito ya uphunzitsi pa PIM. Mchaka cha 1936, anayamba kuphunzitsa sukulu za ku midzi. Poyamba anatumizidwa m'boma la Mulanje, kenako kwa mfumu Nkhumba m'boma la Phalombe, ndipo komaliza kwa Mwambo m'boma la Zomba.

Mchaka cha 1933 Mbusa Muocha anafunsira mbeta mtsikana wotchedwa Sadi Mbule, mwana wa Serah Malikebu, mlongo wake wamng'ono wa Dr Malikebu. Sadi Mbule anabadwa mchaka cha 1918 pa mudzi wa Mkwaila kwa Singano mdera la mfumu Mpama. Amayi ake, Serah Malikebu anabatizidwa ndi John Chilembwe. Bambo ake anachokera kwa Mandevu mdera la mfumu Mpama m'boma la Chiradzulu. Sadi Mbule anabatidzidwa pa sabata loyamba la mwezi wa June mchaka cha 1932 ndi Dr Malikebu. Iye analeledwa ndi amalume ake Dr Malikebu. Iwo anaonana pamene Muochayu ankagwira ntchito mnyumba momwemo mwa Dr Malikebu. Atafunsirana anachita chitomero ndipo anakwatirana pa 24 July mchaka cha 1937. Ukwati wawo unachitika mu tchalitchi cha New Jerusalem Baptist Temple. Ukwatiwo unalengezedwa mtchalitchi kwa miyezi itatu ndipo anamanga ukwatiwo ndi Mbusa Dr Malikebu. Analibe mavuto pokonzekera ukwatiwo, chifukwa zinthu zinapezeka mosavuta monga chimanga, mawere ndi mpunga. Anthu anaphika thobwa pa chikondwererocho. Banja la Muocha lili ndi ana khumi ndi awiri, atsikana asanu ndi mmodzi ndi anyamata asanu ndi mmodzi. Alinso ndi zidzukulu makumi asanu ndi limodzi ndi zidzukulutudzu.

Kuti timvetse za kutembenuka mtima kwa Muocha, tionenso zimene makolo ake ankamuchitira. Amayi ake ankapita naye kutchalichi ndipo mchaka cha 1921 anatembenuka mtima. Uku kunali kwa Nambazo m'boma la Phalombe kupyolera mu ulaliki wa Yokoniya Matengo, Wiskes Matengo ndi John Nacheya. Monga makolo a Muocha amene anakonzekera ubatizo mchaka cha 1914 kuti abatizidwe pa January 1915, anyamata awanso anali mamembala a Bible class amene sanathe kubatizidwa ndi ubatizo womaliza wa John Chilembwe mchaka cha 1915. Itatha nkhondo ya Chilembwe tchalitchi la PIM linaletsedwa, koma anthu anapitiliza kukumana mnyumba ya a Yokoniya Matengo. Iye pamodzi ndi Wiskes Matengo ndi John Nacheya ndi akazi awo anatsogolerabe mpingo pa zaka zonse PIM inaletsedwa. Itatha nkhondo amene anagwirizana ndi Chilembwe anaphedwa, ndiponso ena anamangidwa ndi kuikidwa mndende ku Zomba. Chosangalatsa ndi chakuti mamembala ena a kalasi la ubatizo anabatizidwa ndi omwe anaikidwa mndende ku Zomba. Amene anasankhidwa kubatiza monga mbusa anali Jordan Njirayafa wa Zambezi Industrial Mission. Ambiri anabatizidwa mu mtsinje wa Likangala.

Leonard Muocha anayamba kuzolowera miyambo ya mu mpingomo nayamba kukhala ndi chidwi ku zinthu za Mulungu. Muocha anabatizidwa ndi Malikebu ku Ulumba ku Zomba mu July mchaka cha 1930. Anayenda pansi kuchoka ku Malunguni ku Mulanje ndi kudzabatizidwa ku Ulumba ku Zomba. Kuchokera nthawi imeneyo anali mkhristu wokonda Ambuye kwambiri ndiponso anali membala wolimba wa PIM. Kupyolera mkulalikira kwa Dr Malikebu moyo wake wa uzimu unakula kwambiri.

Mutu 2
Maitanidwe ake

Atabatizidwa mchaka cha 1930, anayamba kugwira ntchito ndi Dr Malikebu mchaka cha 1931. Ndipo atakhala ndi Malikebu zaka 9, mchaka cha 1940 anayamba kumva maitanidwe ake oti atumikire Mulungu. Mbusa Muocha ankamva chinthu muntima mwake ndipo anatsimikiza kuti analidi kuitanidwa kukalalikira uthenga wabwino, kutsatira lamulo la Yesu Khristu lolembedwa pa Mateo 28:19. "Nchifukwa chake pitani, kaphunzitseni anthu a mitundu yonse. Muwabatize m'dzina la Atate ndi la Mwana ndi la Mzimu Woyera". Anamufotokozera Malikebu za maganizo ake ndipo anamuika kukhala mlaliki. Muocha ankatumizidwa ku madera ozungulira mishoniyo kukalalikira ndi kukaphunzitsa. Anapitilira kutero ngakhale anapita ku sukulu ya ubusa mchaka cha 1945. M'mawa anali kuphunzitsa ndipo masana anali kuphunzira za ubusa. Komanso amathandiza kugwira ntchito mchipatala. Pa masiku a loweruka ndi la sabata, anali kupita ku mipingo yaing'ono kukalalikira. Sukulu ya ubusa inatha zaka zinayi ndipo anadzodzedwa pa 26 May mchaka cha 1949. Panthawiyi Muocha anasiya kulalikira ndi kuphunzitsa m'mipingo yaing'ono yozungulira Mbombwe nayamba kuyenda pamodzi ndi Malikebu pamene amayendera matchalitchi ena a PIM m'Malawi. Poti Malikebu ankalalikira m'Chingerezi, Mbusa Muocha ndiye ankamasulira m'Chichewa.

Mbusa Muocha anali m'gulu la chitatu lomwe linadzodzedwa kukhala abusa ndi Dr Malikebu. M'gulu loyamba munali Mbusa Frank B. Chambo, Mbusa Biswick Kakhobwe ndi Mbusa David Nakhule amene anadzodzedwa ubusa mchaka cha 1945. Kenako mchaka cha 1946 anadzodzedwanso Mbusa Barton Chipuliko. Mbusa Muocha pamodzi ndi Mbusa Wylie Chigamba ndiwo anapanga gulu la chitatu.

Atadzodzedwa Muocha, anatumizidwa kukatumikira ku Mulanje kumene anakakhala m'mudzi wa Kadewere m'dera la mfumu Chikumbu. Matchalitchi onse a PIM ndi ogawidwa mzigawo (sections), ndipo chigawo chilichonse chilinso ndi matchalitchi ake. Mwa ichi Kadewere anali m'chigawo cha chisanu ndi chitatu. Pa nthawi imeneyo likulu la matchalitchi a PIM ku Mulanje linali pa Mt Hermon Baptist Church m'mudzi wa Kadewere m'dera la mfumu Chikumbu. Pa nthawiyo Muocha anali mbusa yekha wa PIM m'boma lonse la Mulanje.

PIM kunja kwa dziko la Malawi

Mbusa Muocha anali munthu amene sanaope konse kutsatira lamulo la Khristu loti "Pitani!". Motero anapita kunja kwa dziko la Malawi ku Mozambique, Congo ndi Zambia kukatsekula matchalitchi ena.

PIM ku Mozambique

Pamene Muocha anali kutumikira ku Mulanje, anatsekulanso tchalitchi ku Mozambique mchaka cha 1950. Panali Mkhrisitu wina wodziwika ndi dzina loti Rosas Sameta. Iyeyu anali wochokera m'mudzi wa N'nembo m'dera la mfumu Khanyera m'dziko la Mozambique. Iyeyu nthawi zambiri ankayenda chozemba nkumasonkhana nawo m'misonkhano ya PIM ku Malawi m'boma la Mulanje. Muocha anasunthika ndi chikhulupiliro cha munthu ameneyu. Rosas Sameta anapempha Mbusa Muocha kuti akabatize abale ake ku Mozambique. Izi zinapangitsa Muocha kuganiza mozama za kufunika kwa uthenga wabwino ku Mozambique. Atafika ku Mozambique Muocha anaonana ndi DC ku Ntapiri ndipo anatenga chilolezo kuti apangitse msonkhano m'mudzi mwa Sameta. Poyamba DC anakaniza kupereka chilolezo ati chifukwa Chikhristu chikanayambitsa zovuta m'deralo. Muocha anati kwa DC

> Ndabwera kudzalalikira uthenga wa mtendere ndi ufulu. Anthu akakopedwa ku Chikhristu adzamvera mafumu awo komanso boma. Mukakana Chikhristu m'dera lanu mudzakhala ndi mavuto. Dziko la Nyasaland ndi la bata chifukwa cha Chikhristu. Kumenya anthu ndi *paramuto-dia* sikudzasintha chikhalidwe cha anthu. Lolani anthu akhale akhrisitu ndipo mudzasangalala![1]

Kuchoka apo DC anapereka asilikari woti amuteteze Muocha pa ntchito yake, koma Muocha anakana nati iye ali wotetezedwa ndi Mulungu. DC anananenetsa kuti asilikari ayenera kuti apite, kuti ngati papezeka wina wobweretsa chisokonezo amenyedwe. "Asilikari anatizungulira kufikira tinatsiriza msonkhano."[2] Ena mwa nthumwi za msonkhanowu anali mfumu Khanyera ndi mfumu Nzozomera. Muocha anakatsanzika kwa DC ndipo ichi chinali chiyambi cha Mpingo wa PIM ku Mozambique.

Mpingo utakhazikika ku Ntapiri, Mbusa Muocha anapita ku Milanje dziko la Mozambique lomwelo. Anakomana ndi DC ndipo anamudziwitsa kuti akufuna

---

1   Zochokera kwa Mbusa Muocha, 14 December, 1995.
2   Muocha, 14 December, 1995.

kutsekula mpingo wa PIM ku deralo. Ku Milanje Mbusa Muocha anampeza DC
ali mu khoti la milandu. DC anamuitana Muocha milandu ili nkukambidwa.
Muocha analongosola cholinga cha ulendo wake komanso mbiri ya mpingo wa
PIM. DC anavomereza kuti adamvapo za mbiri ya nkhondo ya John Chile-
mbwe ya 1915. Ndipo ena mwa anthu othawa nkhondo maina awo ali mu
kaundula wawo, ndipo ena
mwa iwo anamangidwa ku
Nkhuba ku Mozambique
komweko. DC sanakondwe-
re ndi nkhani yoti Muocha
atsekule Mpingo ku Moza-
mbique. Anakwiya kwambiri
ndipo anamenya anthu ena
amene anabwera ndi mila-
ndu yawo. DC anamula-
nkhula Muocha kuti "zinthu
za Mulungu zimasokoneza
anthu maganizo. Chikhala
kuti sindimdziwa Malikebu
bwenzi utamangidwa iwe
Muocha. Ukhoza kukaya-
mbitsa mpingo, koma udzi-
we ichi kuti sitilola anthu
athu kupita ku Nyasaland
kuopa kuti angatibweretsere
mavuto ngati a Chilembwe".
Uthenga unalalikiridwa mpa-
ka ku Nkhuba.
    Patapita nthawi Mbusa
Matthew Linguni anatumi-

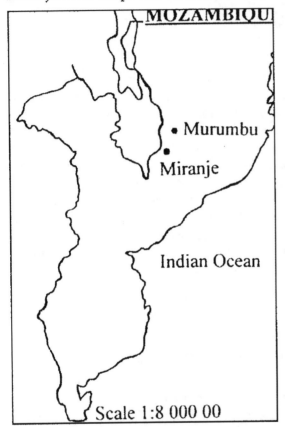

MOZAMBIQU

• Murumbu

Miranje

Indian Ocean

Scale 1:8 000 00

zidwa ku dziko la ku Mozambique. Kenako Muocha atakhala Wapampando wa
PIM anadzodza mkhrisitu wa ku Mozambique dzina lake Mkwinda, ndipo ana-
khala Mbusa woyamba wochokera ku Mozambique.

PIM ku South Africa

Mchaka cha 1956, Mbusa Muocha anatumizidwa ku mudzi wa Semani m'dera la
mfumu Chikowi ku Zomba. Mchaka chomwecho Muocha anatumizidwa ku
South Africa kumene anakaona mpingo wa PIM omwe unayamba ndi anthu

awiri wochokera ku Malawi. Anthuwa ankagwira ntchito ku migodi ku South Africa. Iwowa ndi Moses Kanenkha ndi Isaac Mangani. Isaac Mangani anachokera ku Mbombwe kumene ankagwira ntchito ya utelala. Akuchoka anaipereka nyumba yake ku mpingo ndipo tsopano amaigwiritsa ntchito ngati nyumba ya Mbusa. Anthu awiriwa anayamba tchalitchi cha PIM ku Orlando pafupi ndi Johannesburg ndipo anatsekulanso china ku Mapetla ku Soweto. Atadzodzedwa Mbusa Chambata anatumizidwa kukagwira ntchito ku South Africa. Muocha anayenderanso madera ena omwe munali akhrisitu monga ku Pretoria, Messina, Mashati, Zanini ndi malo ena. Madera omwe muli mpingo wa PIM lero ndi ku Messina ndi ku Soweto.

Mbusa Muocha ali ku South Africa, Dr Malikebu anapita ku America. Ndipo udindo wonse woyang'anira mpingo anausiya m'manja mwa mn'gono wake wa Malikebu Mbusa Mdala. Koma mbusayu anawononga ndalama za mpingo ndipo ntchito ya mpingo inalowa pansi chifukwa antchito sanalipidwe. Dr Malikebu atamva anamuuza Mbusa Muocha za nkhaniyi ndipo anamtumiza ku Malawi kudzakonza bwino zinthu zonse. Ndipo Mbusa Mdala anachotsedwa ku Mbombwe.[3]

PIM ku Congo

Mchaka cha 1963, banja la Mbusa Muocha linatumizidwa kukagwira ntchito ku Zimbabwe kumene kunali Mbusa Wylie Chigamba. Ndipo Mbusa Chigamba anabwera ku Malawi. A Muocha ankakhala ku Harare, kumene kuli likulu la PIM ku Zimbabwe. Komanso anali kuyendera mipingo ya PIM ku Bulawayo, Mtale, Usape, Triangle Sugar ndi malo ena.

Muocha asanapite ku Zimbabwe ndipo a Chigamba asanabwere ku Malawi, panali munthu wina dzina lake Ilunga Mbiri amene ankakhala ku dera la Katanga m'dziko la Congo. Munthuyu analota maloto kuti apite ku m'mawa kukafunafuna ndi kulowa mpingo umene unayambidwa ndi munthu wachikuda. Kuchokera kwawo anapita ku Zambia koma sanaupeze ndipo anapitilira ku Zimbabwe anakalowa tchalitchi cha Ziyoni ku Bulawayo

Patapita nthawi anadzalotanso kuti sanapeze tchalitchilo. Motero anafunsa anthu za mpingo umene unayambidwa ndi munthu wachikuda. Ndipo anthu anamuonetsa tchalitchi cha PIM cha ku Bulawayo kumeneko anamuuza kuti likulu lili ku Harare, ndipo iye anapita komweko nakadzionetsa. Motero analowa tchalitchilo, nakumana ndi Mbusa Wylie Chigamba amene anamubatiza.[4]

---

3 Muocha, 14 December, 1995.
4 Muocha, 14 December, 1995.

Ilunga Mbiri anasiya keyala yake kwa Mbusa Chigamba ndipo iye mwini anabwerera kwawo. Anafuna kuti Chigamba akayambe mpingo kwawoko. Koma Chigamba sanapite chifukwa cha nkhondo ku Katanga, koma ankalemberanabe makalata ndi Ilunga Mbiri.

Muocha atafika ku Zimbabwe, Mbusa Chigamba adamuuza nkhani ya Ilunga Mbiri ndipo iye anamupempha Dr Malikebu kuti athe kupita ku Congo kukayamba mpingo. Koma Malikebu anakana chifukwa cha nkhondo. Muocha sanavomere, anamulemberanso Dr Malikebu "Kodi tingowasiya anthu osawauza uthenga wa Yesu?"

Atalandira kalatayi, Malikebu anamulola kupita koma anamuchenjeza kuti akupita mwa kufuna kwake. Mchaka cha 1964, Mbusa Muocha ananyamuka kupita ku Zaire. Atafika pa malire a dziko la Zambia ndi Zaire, sanaloledwe kulowa m'dziko la Zaire chifukwa analibe chilolezo cha 'viza'. Anabwerera ndikukapeza chilolezocho. Ponyamukanso ulendowu anapeza kuti sitima imene akadakwera ku Zambia inali itadzadza kwambiri, ndipo ataganiza kuti padzatenga masiku ena ambiri kuti idzanyamukenso kupita ku Zaire, anaphaphatiza, nakaima kunja kwa sitima, pakati pa ngolo ziwiri naponda mwendo wina uku wina uko, atanyamula sutukesi yake kumanja. Patsikulo, usiku kunagwa mvula kwambiri, motero Muocha ananyowa. Poyendera sitimayo, kondakitala wa msitima anampeza Muocha ali chiimire atanyowa. Analankhula naye mchifaransa koma Muocha sanathe kumva kanthu. Kenako pomumvera chifundo anamulowetsa musitimayo.

Panthawi imeneyo dera la Katanga limene lili mu dziko la Zaire kufupi ndi Zambia, linachoka m'boma ndikukhazikitsa boma lakelake. Mtsogoleri wake anali Moise Tshombe, ku Lubumbashi, ndipo mtsogoleri wa Zaire anali Patrice Lumumba ku Kinshasa. Ngakhale Moise Tshombe sanafune kugonja, komabe a bungwe la 'United Nations' anamukakamiza kulowanso m'boma la Zaire.

Msitimamo munali asirikali a ku Katanga ndipo anaganiza kuti mlendoyo anali mzondi wa UN chifukwa sanathe kulankhula Chifaransa kapena Chiswahili, zimene zili zinenero ziwiri za ku Katanga. Akukambirana Mbusa Muocha anazindikira kuti asirikaliwa ankapangana zoti amponye mumtsinje wa Congo pamene sitima idzadutsapo. Mwachisomo cha Mulungu, pamene ankadutsa pa mtsinjepo, asirikali onse anali mtulo ndipo anadzidzimuka atafika pa Kamina, pamene onse ankatsikira sitima. Asirikali anali kufulumira kuti akagwire ntchito yawo, motero sanamuchite chilichonse.

Muocha atafika pa Kamina anasowa kolowera chifukwa malowo samawadziwa kumene anali. Anawafunsa anthu koma sanathe kumumva ndipo anaganiza zotenga njira iliyonse ndikumangofunsa anthu. Ali panjira, anakumana ndi munthu wina amene analankhula naye Chingerezi ndipo anamuyankhanso

m'Chingerezi. Munthuyu analinso mlendo. Kwawo kunali ku Kenya ndipo ama-
gwira ntchito ku Katanga. Mbusa Muocha anamuonetsa munthu uja keyala ya
kumene anali kupita, ndipo munthuyo anachita hayala takisi ndikumutenga
Muocha kupita ku maloko.

Atafika kumalo kuja, adakumana ndi mayi ndipo munthu amene adamupere-
keza Muocha uja adamuuza mayiyo kuti adamubweretsa mlendo wochokera ku
Zimbabwe. Koma mayi uja adati "Sindikudziwa wina aliyense ku Zimbabwe".
Kenako Mbusa Muocha adalongosola kuti iye ndi mbusa wa PIM wa ku Zimba-
bwe amene adali kulemberana makalata ndi Ilunga Mbiri. Pomwepo mayi uja
adasangalala kwambiri ndipo adatulutsa kalata yomwe Mbusa Muocha adalemba
ali ku Zimbabwe. Mayiyo adamufunsa Muocha nati "Kodi iyi ndi kalata yomwe
mudalemba muli ku Zimbabwe, Abusa?" Mbusa Muocha ataona malembo a
kalatayo, adazindikira kuti ndiyedi analemba ndipo mosangalala adati "Zoonadi
kalata yanga ndi yomweyi". Motero adalandiridwa ndi manja awiri mnyumbayo.
Mayi uja adamufotokozera Muocha kuti iye adali mmodzi mwa anthu amene
adatembenuka mtima ndi ulaliki wa Ilunga Mbiri komanso ndikukhala membala
wa mpingo wa PIM. Iye adati Ilunga Mbiri adali kukhala patali pang'ono ndi
nyumba yake ija komabe m'boma lomwelo la Kamina mu chigawo cha Katanga
chomwecho. Mayi uja adatumiza uthenga kwa Ilunga Mbiri ndipo masana ake
adatulukira. Mbiri adafotokoza kuti iye ndi amene adali kulemberana makalata,
ndi Mbusa Chigamba ndipo kenako Mbusa Muocha adati "Ndithokoza Mulu-
ngu popeza ndafika kumalo kumene ndimakuyembekezera". Kenako adakonza
dongosolo loti akakumane ndi a DC mmawa mwake.

Mmawa muja, adapita kukaonana ndi a DC ndipo atafika ku ofesi yawo, a
DC sadakondwere kuti Mbusa Muocha adali mtumiki wa uthenga wabwino
wochokera ku Zimbabwe. A DC atamva kuti mpingo wa PIM udali pa mgwiri-
zano ndi bungwe la Foreign Mission Board ku America adamuganizira Mbusa
Muocha kuti adali mzondi wa United Nations. Vuto lina limene lidalipo lidali
kusiyana kwa zilankhulo pakati pa Muocha ndi DC uja. Kotero DC adakalipira
Ilunga Mbiri chifukwa chobweretsa mzondi wa UN m'dziko lake. Apa pada-
libenso njira ina koma kuti mzondi uja aphedwe. Ilunga Mbiri adaumirira kuti
kudali bwino kuti aphedwe iyeyo mmalo mwa mlendo uja amene adabwera
m'dzikolo chifukwa cha iye. Izi a DC sadazivomereze ndipo adamuthamangitsa
Ilunga Mbiri muofesi yake ndikukonza kuti Muocha aphedwe. Muocha atapa-
tsidwa mwayi woti alankhule mawu ake otsiriza.

Adalemba makalata atatu, ina kwa Dr Malikebu ku PIM, ina ku Zimbabwe ndipo yachitatu adalembera mkazi wake kuti wafera ku Congo chifukwa cha uthenga wabwino.[5]

Asirikari awiri adalamulidwa kuti atchere mfuti zawo ndikuikamo zipolopolo kuti aphe Muocha. Mwamsangamsanga, adakonza mfuti zawo Muocha uja ali chiimire. Asadalamulidwe kuombera mfuti zija, adamva kugogoda pachitseko, kenako msangamsanga adalowa munthu ali ndi magazi thupi lonse. Munthuyo

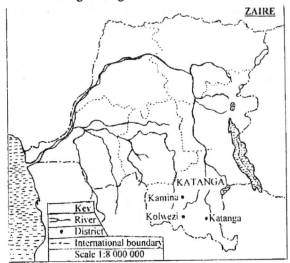

adali wakuba ndipo adalasidwa ndi mpeni. Pofuna kupulumutsa moyo wake, adathawira mu ofesimo. Chifukwa cha ichi, zomwe zikadachitika muofesiyo zidasokonezeka. Asirikali aja adalamulidwa kuti ayambe awona za munthu wolasidwa uja. Atangomupereka wolasidwa uja kwa akulu akulu oyenera nkhani ija, adayambanso kukonza zoti aphe Muocha, mayi wina ndi mwamuna wake adalowa ndikuyamba kumenya a DC aja kwambiri. A DC adayesetsa kufunsa chifukwa chenicheni chimene iwo adali kumenyedwera, koma mayiyo adapitirira kumumenya kwambiri. Iye adalibe nthawi yomvetsera zomwe a DC adali kulankhula. Kenako zidadziwika kuti a DC aja adapereka nyumba kwa munthu wina wogwira ntchito m'boma pomwe nyumba ija idali itaperekedwa kale kwa mwamuna wa mayi uja. Motero zinthu zonse zidasokonekera. Kenaka a DC adatembenukira kwa Mbusa Muocha, "Iwe wayambitsa mavuto onsewa, ine sindinamenyedwepo ndi munthu wa mkazi!"

Motero adalamulira asirikali aja kuti atule pansi mfuti zawo zija ndipo adaitanira Mbusa Muocha kukachipinda kena. DC uja adagwada pansi ndi kuti, "ndipemphphereni kuti ndikhale ndi mtendere mmaganizo ndipo ngatidi uli munthu wa Mulungu amene wabwera kudzalalikira uthenga wabwino wa Yesu ndikhala ndi mtendere mmaganizo anga mawa lino ndipo ndisaina mapepala anu. Mbusa Muocha adapemphera ndipo adaloledwa kupita ndikukabwera mawa linalo. "Ndinapulumutsidwa kupyolera mwa mayi," Muocha adatero.

---

5   Zochokera kwa Mbusa Muocha, 14 December, 1995.

Tsikulo litafika Muocha ndi Ilunga Mbiri adapita kwa DC uja. Pamene DC uja adamuona Muocha, adapereka ulemu wapadera kwa iye ndipo adasaina mapepala ake onse ndikumuonetsa ofesi ina kuti akamalizitse kusaina. Atadutsa maofesi asanu, muofesi yachisanu ndi chimodzi adafunsidwa kuti afotokoze za mmene mpingo wake udayambira. Atafotokoza zonse adauzidwa kuti apereke umboni pankhani yomwe adafotokozayo. Muocha adaonetsa chithunzi cha Chilembwe ndi Malikebu. Kenako chibukhu chachikulu chidatulutsidwa ndipo adapeza tsamba limene limafotokoza mwachidule za ntchito ndi mautumiki a Chilembwe. Iwo adavomereza kuti umboni womwe wapereka Mbusa Muocha udagwirizana ndi zomwe bukhulo limanena ndipo adati "takulolani kukupatsani chilolezo kuyambitsa mpingo wanuwo m'dziko lino. Choncho chilolezo chidaperekedwa kuyambitsa mpingo wa PIM ku Zaire komanso kuti akhoza kuyamba kulalikira ndikubatiza. Adamupatsa asirikali omuteteza pobatiza koma Muocha adakana ndikulimbikira kuti iye adali wotetezedwa ndi Mulungu. Muocha adapatsidwanso dera la Katanga kumene anayamba kulalikira ndi kubatiza. Pa nthawi imeneyo kunali zovuta ku dera la Katanga, motero pa tsiku lomwelo limene Muocha anapatsidwa chilolezo choti ayambe kulalikira ndi kubatiza anthu, mbusa wina wa mpingo wa Baptist anaphedwa pamene anali kubatiza.[6]

A Khristu onse ndi madikoni omwe adabatizidwa kale, adabatizidwanso ndi Muocha ndipo adalimbikitsa anthu ena kuti adzodzedwe kukhala atumiki a PIM kuti athenso kulalikira uthenga wabwino kwa anthu amtundu wawo[7]. Ena mwa amene adadzodzedwa ndi Mbusa Chinyama, Mbusa Sanjika ndi Mbusa Ilunga Mbiri. Mpingowu udafalikira ku madera ena monga Kama, Katanga, Kolwezi ndi Kayembe Mukuru. Koma ku Kinshasa kudalibe mpingowu wa PIM.

Abusa amenewa adali kubwera kuno ku Malawi ku misonkhano yaikuluikulu ngakhale padali zovuta zina ndi zina. Adachita izi kwa kanthawi koma tsopano zikuoneka kuti zinthu zimavuta. Sakadatha kupeza viza yolowera ku Malawi kuchokera ku Zaire motero amayenera kupita ku Zambia kukatenga viza. Anachita ichi kwa kanthawi koma chifukwa cha zovuta zina, inzaka zapitazo adasiya kubwera kumisonkhano ndipo amangolemberana makalata.

PIM ku Zambia

Atakhazikitsa mpingo wa PIM ku Zaire, Mbusa Muocha anabwera ku Zimbabwe kumene ankakhala. Kuchokera ku Zimbabwe, ankayendera kawirikawiri ku Kamina kudera la Katanga kukalalikira ndi kukabatiza anthu.

---

6   Zochokera kwa Mbusa Muocha, 14 December, 1995.
7   Mu Mpingo wa PIM amene ayenera kubatidza ndi mbusa wodzodzedwa, ichi ndi chifukwa chake Mbusa Muocha anabatidzanso anthu amene anabatidzidwa ndi Ilunga Mbiri.

Popita ndi kubwera kuchokera ku Zaire, ankadutsa m'dziko la Zambia, ndipo patapita nthawi, anaganiza zokhazikitsanso mpingo wa PIM ku Zambiako. Podutsanso m'dziko la Zambia mchaka cha 1966, anakumana ndi Bwanali Phiri, membala wa mpingo wa Baptist ku Lusaka. Bwanali Phiri anampeza Thomas Musamba. Iyenso anali membala wa Southern Baptist.

Thomas Musamba anampeza Mukisi. Onsewa anadzipereka kumuthandiza Mbusa Muocha. Anayamba kukumana ku mzinda wa Lusaka. Analalikira ndi kubatiza, ndipo mpingo unakhazikitsidwa. Mpingo wa PIM ku Zambia unakula mpaka unakafika ku Mufulira, Chingola, Ndola ndi Nakonde.

Bungwe la Foreign Mission Board ku America linathandiza ntchito ya PIM ku Zambia ndipo mpingowo unakula motero anagula malo a mpingo okwana ma ekazi 2500 ku Chingola. Thomas Musamba, Mukisi ndi Shonga ndi abusa amene amayang'anira mpingo wa PIM ku Zambia. Mwa abusawa, abusa Musamba ndi Mukisi anadzodzedwa ubusa ndi a mpingo wa Southern Baptist ku Zambia. Mbusa Muocha anapitilira kukhala ku Harare, koma amayendayenda ku Zambia ndi ku Congo kwambiri. Mchaka cha 1971 iye ndi mkazi wake anasamutsidwa kubwerera ku Malawi. Mbusa Musamba anakhala Wapampando wa PIM ku Zambia, ndipo Mbusa Mukisi anakhala wachiwiri wake. Chaka chili chonse abusa ndi nthumwi zimafika ku msonkhano wa pa chaka ku Mbombwe ku Chiradzulu.

Amayi a ku Zimbabwe, motsogoleredwa ndi Mayi Muocha, anakondwa kwambiri ndikukhazikitsa mpingo ku Zambia ndi ku Congo. Monga mayi busa, Mayi Muocha anali ndi ntchito yambiri yolangiza amayi anzake zakasamalidwe ka mabanja ndi za kulera ana munjira ya chikhrisitu. Kawirikawiri ankayenda pansi kupita ku misonkhano chifukwa pa nthawi imeneyo misewu sinali bwino ndipo sakadatha kupeza matola. Mayi busayu anatumikira ku midzi ndi malo ena amene matchalitchi atsopano anakhazikitsidwa. Amawaphunzitsa amayi za ntchito yawo mu mpingo. Amapanga misonkhano ya amayi ku Bulawayo, Marondera, Rusape, Winimbe, Mutare, Dzimunya ndi ku Triangle Sugar. Ankawathandiza amayi osauka ndipo ana awo amawapatsa zovala. Anawaphunzitsa amayi kudzipereka ku ntchito ya Mulungu monga m'mene Malita ndi amayi ena anachitira potumikira Yesu. Kotero amayi anasonkha ndalama kuti Mbusa Muocha apite ku Zaire. Mwa amayi amene ankathandiza Mayi Muocha anali Mayi Tikini ndi Mayi Delia amene anali akulu a madikoni. Iwowa adathandiza Mayi Muocha kwambiri ndipo adadzipereka kwambiri kutumikira ntchito ya Mulungu.

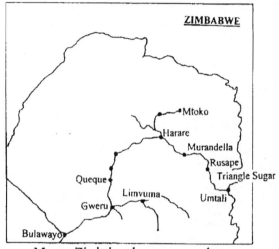

Mapu a Zimbabwe kusonyeza madera amene PIM wafarikira

Utsogoleri ndi masomphenya

Mchaka cha 1971, Mbusa Muocha ndi mkazi wake Sadi, atagwira ntchito kwa zaka zisanu ndi zitatu ku Zimbabwe adabwerera ku Malawi mchaka chomwecho. Pa August 10, Mbusa Moucha adadzodzedwa kukhala wapampando wa mpingo wa "African Baptist Assembly Malawi Inc", kulowa mmalo mwa Mbusa Dr D.S. Malikebu amene anapuma pa udindo chifukwa cha ukalamba komanso chifukwa cha kudwaladwala kwa mkazi wake Flora yemwe anakhala ali chigonere kwa zaka zitatu. Panthawi yopumayi, Dr Harvey anafunsa Malikebu kukhala konkuno ku Malawi ku Blantyre (Newlands) kapena kupita ku America. Dr Malikebu anasankha kupita ku America ndipo bungwe la "Foreign Mission Board" anampatsa nyumba ku America komanso ndi kumusamalira pamodzi ndi mkazi wake wodwalayo. Motumizidwa ndi mpingo kuchokera ku America, Dr William J. Harvey III, adadzapumitsa Dr Malikebu pantchito yake ndikumusankha Mbusa Muocha kulowa mmalo mwake. Izitu zidachitika pamsonkhano waukulu wa pa chaka womwe udachitika mu August 1971. Nthumwi zochokera mbali zosiyanasiyana kuno ku Malawi komanso mayiko ena monga Mozambique, Zimbabwe, Zaire, Zambia ndi South Africa zidawonerera mwambowo.

Mchaka cha 1971, ife tinadabwa kwambiri pamene Dr Harvey adabwera kuchokera ku America, kuona tebulo likutulutsidwa muofesi ndikuikidwa pansi pa mtengo pafupi ndi ofesiyo. Pemenepo adalipira atumiki a Mulungu ndi anthu ena onse ogwira ntchito pa mishoni" Panthawiyi nkuti Dr Malikebu ali pakhonde la nyumba yake. Atatha kulipira Dr Harvey adauza Muocha "Tiyeni tikawone mkazi wanu". Muocha adakana chifukwa adaganiza kuti sichikadakhala chinthu chabwino kuti Dr Harvey ayambe kupita kwa Muocha asadaonane ndi Dr Malikebu. Dr Harvey adapita ku Mount Soche Hotel, kumene adali kukhala ndipo sadapitenso kunyumba kwa Dr Malikebu monga amachitira. Ichi chidali chinthu chachilendo. Zoterezi zidachitika lolemba pa 9 August 1971 ndipo linali tsiku la achinyamata mumsonkhanowu "Baptist Young People Union (BYPU)". Lachiwiri pa August 10 1971 Dr Harvey adapita kunyumba

Chipilala chokumbukira ntchito yabwino ya Dr Harvey chomangidwa ndi Mbusa Muocha.

kwa Dr Malikebu kuchokera ku Mount Soche monga mwachizolowezi, ndipo anthu adasonkhana ku malo a msonkhano. Dr Harvey, Dr Malikebu ndi abusa ena adalowa mmalo a msonkhanowo, ndipo Dr Harvey adaimirira ndikuyamba kuthokoza ndi kuyamikira ntchito yomwe Dr Malikebu adaigwira. Iye adati "Dr Malikebu wagwira ntchito kwa zaka 45 ndipo pamodzi ndi mkazi wake

Malikebu wachita zazikulu. Tsopano poti Mayi Flora Malikebu akudwaladwala bungwe la "Foreign Mission Board", linaganiza kuti Dr Malikebu apume pa ntchito yake ndipo kuti atenge mkazi wakeyo ndikukakhala ku America kukapuma ayenera kupezeka ku America pa 15 September.

Dr Harvey adapitirira ndikufotokoza mbiri ya Dr Malikebu, mmene adafikira ku America ndi mmene adatseguliranso mishoni ya PIM ku Mbombwe. Komanso kuti mpingowo watukuka kwambiri mu nthawi ya ulamuliro wake. Dr Harvey adapitiriza kulankhula za mmene bungwe la Foreign Mission Board lidakhala likuthandiza mpingo wa PIM, kuphatikizirapo malipiro a Dr Malikebu. Potsiriza kulankhula kwake iye anati "Pamene Dr Malikebu adali pa tchuthi ku America, mpingo udali m'manja mwa Muocha. Ngati Mbusa Muocha ali pano, abwere".

Pamene Muocha adafika kutsogolo, adauzidwa kuti agwade ndipo anadzodzedwa kukhala Wapampando wa African Baptist Assembly ndipo Dr Harvey adamuveka tayi yoyera ngati chizindikiro chake.

Atatha izi, Dr Malikebu anapatsidwa mpata woti alankhulepo, ndipo pomaliza anati ukatha msonkhano anthu awa akumane pakhonde la nyumba yake, Mbusa J.J. Mang'anda, Mbusa Muluma, Mbusa Nadolo, Mbusa B.B. Bulaimu, Mbusa Chibwana ndi akulu a mpingo, mfumu Bimbi wa kwa Mwambo ku Zomba, mfumu Mkwapatira wa kwa Chikumbu ku Mulanje ndi Mfumu Nyangu ya kwa Chanza ku Lilongwe. Ndipo msonkhano utatha anthuwa anasonkhana kunyumba kwa Dr Malikebu. Ali pafupi kuyamba msonkhano wawo, Dr Malikebu anati, "tiyeni tipite ku New Jerusalem Temple". Anatero kuopa kusokonezedwa akakhala pa khonde lake ndi anthu ongoyenda. Atalowa mu tchalitchi limene lili pafupi ndi nyumba ya Malikebu, Malikebu anati ndakuitanani kuti ndikuuzeni kuti ndavomereza zimene Dr Harvey wachita ndipo palibe cholakwika koma pali chinthu chimodzi chimene sindikondwera nacho, ndicho kuulula malipiro anga kwa anthu. Mwa mwambo wake analakwitsa". Anaonjezanso kuti kuteroko ndi kugawanitsa mpingo. Anthu ena adzatsata Muocha ndipo ena adzatsata ine. Atamva izi, Mbusa Mang'anda ndiye anayamba kuyankhapo pa nkhaniyi. Anati, "Ngati mutero, a Malikebu ndiye kuti mulakwa: Anampatsa chitsanzo chakuti Dr Kamuzu Banda anabwera ku Malawi anati wabwera kudzatsiriza ntchito ya Chilembwe. Motero ngati Malikebu agawanitsa ntchitoyo, adzataya masomphenya. Abusa ena potsutsapo pankhaniyi komanso ndikuūmirira kwa mafumu kuti asagawanitse mpingo, Malikebu anawafunsa anthuwo zimene adzawauza anthu ena amene anali panja kuyembekezera kumva zomwe akambirana m'tchalitchimo. Abusa ndi mafumuwo anayankha kuti panali posavuta. Chimene akadachita ndi kungosintha nkhani yokambirana. Motero anasintha nakambirana za ulendo wa Malikebu kupita ku America. Dr Harvey anali atakonza zoti Malikebu apezeke ku America pa 15 September. Adavomerezana asadikire mpaka tsiku limenelo, koma asamuke msonkhano ukangotha.

Za tikiti ya ndege anagwirizana kuti abwereke ndalama ku Banki. Atagwirizana zimenezi anatuluka mtchalitchi cha New Jerusalem Temple ndi kupita ku malo a msonkhano.[8]

Kumeneko Mbusa Mang'anda anafotokozera anthu zimene anagwirizana m'tchalitchimo. Anthu anasangalala nazo ndipo kunali kukuwa ndi kuomba m'manja. Pakutha pa msonkhanowo Mbusa Muocha anaitana abusa onse mu New Jerusalem Temple. Pokambirana Mbusa Muocha anaonetsa kukhudzidwa

---

8   Zochokera kwa abusa a Chibwana, 27 September, 1995.

ndi nkhani imene wapampando ndi abusa ena adagwirizana zomlola Malikebu kuti abwereke ndalama ku Banki. Iye anati, "Sichinali chabwino kuti Malikebu asiye mpingo uli ndi ngongole". Motero za ulendo wa Dr Malikebu zinayikidwa m'manja mwa Foreign Mission Board, amene adakonzadi zonse zimene zidafunika pa ulendowo. Malikebu anali ndi tikiti ya pa 11 November, koma anachedwa kunyamuka. Motero atafika ku bwalo la ndege, adapeza kuti ndege imene akadakwera yanyamuka kale. Anabwereranso ku PIM. Pa nthawiyi anaitana abusa onse ndi kuwauza kuti iye akuchoka ndipo adziwe kuti Muocha ndiye adzakhale wapampando wa African Baptist Assembly ndipo aliyense ayenera kumulemekeza monga wamkulu Wapampando.

Kuyambira pa msonkhanowu abusa anayamba kugawikana. Mbusa Mang'anda, Mbusa Nadolo, Mbusa Bulaimu anamuuza Dr Malikebu kuti iwo sadakondwe ndi kuti Muocha atenge udindo wa Wapampando. Anati iwo anafuna kuti Malikebu apitilire kukhala Wapampando wa African Baptist Assembly. Koma Malikebu ananyamuka kupita ku America pa November pomwepo. Anthu ena amene anasankhidwa m'maudindo anali Mbusa J.M. Chinyama wa ku South Africa kukhala wachiwiri kwa Wapampando. Mbusa Mbule, mchimwene wamkulu wa Mayi Muocha anasankhidwa kukhala wachitatu kwa Wapampando. Mbusa Sankhulani wa ku Chiradzulu anasankhidwa kukhala Mlembi. Komanso Mbusa Chibwana wa ku Mulanje, Mbusa Kafadala wa ku Mzimba, pamodzi ndi madikoni T.M. Chisanje wa ku Chiradzulu ndi D.B. Komiha wa ku Chiradzulunso anasankhidwa kukhala mamembala a mu komiti yaikulu.

Mbusa Muocha anali ndi masomphenya aakulu. Mmasomphenyawo munali kumanga matchalitchi, kukulitsa matchalitchi ena amene anali aang'ono, kumanganso nyumba za a busa, komanso kutsegula mabulanchi ena a PIM mmalo amene munalibe. Anaganiza zokulitsanso chipatala ndikumanga zipilala zosonyeza chikumbutso cha zinthu zomwe zidachitika.

Mutu 3
Kukula kwa mpingo

Mwa zinthu zina, masomphenya a Mbusa Muocha anali wokulitsa mpingo mbali zonse, kabweredwe ka anthu ku tchalitchi, maphunziro komanso mukulalikira. Mwa ichi, anaitanitsa mmishonale dzina lake Mayi Josephine Mintor. Mayiyu anagwira ntchito mchipatala komanso msukulu ya zophikaphika pa nthawi ya Malikebu. Tsiku lina anamukalipira Dr Malikebu ali pakhonde pake, "Chifukwa chiyani simubatiza anthu, ntchito yanu ndi chiyani pano?" Izi sizidamusangalatse Dr Malikebu. Adamuuza mayiyo kuti wadzodza abusa ambiri kuti akagwire ntchito yomweyo. Kuchokera apa, Dr Malikebu anamuona mayiyo ngati wopanda ulemu. Khalidweli litapitirira kwa kanthawi, Dr Malikebu anakamuuza Albert Muwalo amene panthawiyo anali mlembi wamkulu wa chipani cha Malawi Congress kuti panali mmishonale wachizimayi pamishonipo yemwe amavala minisiketi ndipo posakhalitsa Mayi Mintor adawathamangitsa m'Malawi muno mchaka cha 1971. Panthawiyi nkuti akuluakulu a mishoni yake ku America atangomugulira Mayi Mintor galimoto yatsopano, koma chifukwa cha kuthamangitsidwa, adaibweza galimotoyo.

Muocha atangotenga udindo wa mkulu wa mishoni, adaitanitsanso Mayi Mintor kuti adzapitirize ntchito yake. Adafikanso ku Malawi kuno kumapeto kwa chaka cha 1971, ndipo adakhala ndi msonkhano wake woyamba ku tchalitchi cha Mount Hermon Baptist m'boma la Mulanje.

Panthawi ya ntchito yake ndi Mbusa Muocha, adasiyana naye maganizo pa zinthu zina. Izi zidachitika motere, Akhristu adasonkherana ndalama kuti amange nyumba yoti amayi aziphunziriramo zophikaphika. Mayi Mintor nayenso adasonkha nawo ndalamazo. Panthawi yopereka nyumbayo kwa amayi, m'boma la Chiradzulu, Muocha adafotokoza mmene nyumbayo idamangidwira ndi mmene Akhristu komanso Mayi Mintor adathandizira posonkha ndalama. Izi, Mayi Mintor sizidamusangalatse chifukwa chakuti adali kuyembekezera kuti Muocha afotokoza kuti nyumbayo idamangidwa ndi ndalama zochokera mthumba mwake mokha pomwe zinthu sizidali tero. Ngakhale padali kusiyana maganizo kotero, Muocha adagwirabe ntchito ndi Mayi Mintor kwa zaka zinayi, zimene mayiyu adayenera kukhala muno m'Malawi.

Pokwaniritsa masomphenya ake, Muocha adaona kuti kudali kofunika kudzodza atumiki ambiri. Pagawo ili lodzodza **abusa, Muocha** adasiyana kwambiri ndi Mbusa Malikebu. Mbusa Muocha amangodzodza aliyense amene anali mkalasi mwake pamene Malikebu amadzodza ena, enanso nawasiya kudikira kuti akwaniritse zinthu zina zoyenera. Mwachitsanzo mkalasi la abusa khumi, abusa anayi kapena asanu ndi m'modzi okha ndi amene anadzodzedwa. Pamene Dr Malikebu anapuma pa udindo wake padali abusa 19 ndipo atatu mwa abusawa adausiya mpingo wa PIM ndikuyambitsa wina. Mwa abusawa adali Mbusa J.J. Mang'anda, Mbusa B.B. Bulaimu ndi Mbusa Nadolo.[1]

Chifukwa cha kuchoka kwa abusawa, kumene kudachitika mchaka cha 1971, Muocha adadzodza abusa ambiri pofuna kupulumutsa mipingo yomwe idali m'manja mwa abusa ochokawo. Izi zidateteza matchalitchi ambiri. Mchaka cha 1973, Mbusa Muocha anadzodza abusa khumi ndi anayi nthawi imodzi. Ili linali gulu loyamba kudzodzedwa ndi Mbusa Muocha ngati Wapampando wa African Baptist Assembly, Malawi Inc. Paudindo wake, Muocha adadzodza abusa ambiri. Gulu lomaliza adadzodza tsiku lachiwiri pa 1 January 1985 nthawi ya 3 koloko masana. Mgululi munali abusa asanu ndi anayi omwe mayina awo adali Mbusa J.J. Kahova, Mbusa Muyeriwa, Mbusa Pinto, Mbusa M.R. Mtambo, Mbusa Mwaliwa, Mbusa Mchenga, Mbusa W.T. Khwepeya, Mbusa W.B. Folokiya ndi Mbusa Nthamanga. Mwa ena omwe Muocha adawadzodza, adali malemu Mbusa John Nyirenda, yemwe adayambitsa bungwe la "Every Home Crusade in Malawi" chaka cha 1974. Ili ndi bungwe limene lidayambira ku America mchaka cha 1946 ndi Macallister. Adafalitsa uthenga wabwino kupyolera mtimabuku tomwe timaperekedwa nyumba iliyonse. Bungweli lidalipo mpaka mchaka cha 1985 pamene lidatsekedwa chifukwa chosowa ndalama.[2]

Mbusa winanso adadzodzedwa ndi Mbusa Muocha adali R.G. Msulira yemwe adayambitsa mpingo wa Living Gospel: Mbusa Msulira anabadwa pa 16 March mchaka cha 1927 ku Zimbabwe mu mzinda wa Harare. Mothandizidwa ndi a Southern Baptist Mission Mbusa Msulira adayamba maphunziro a ubusa pa sukulu ya ubusa ku Gweru. Mzaka za 1946 ndi 1949. Atamaliza maphunziro ake sadadzodzedwe, ndipo adapita ku Botswana, komwe adakagwira ntchito m'boma mchaka cha 1949 mpaka 1968. Kenaka adabwerera kuno ku Malawi ndikuyamba kugwira ntchito mbungwe la "Malawi Housing". Mchaka cha 1971 adachita ngozi ku Liwonde ndipo galimoto lake lidagudubuzika ndi kugwera mu mtsinje wa Shire. Ali mgalimotomo adamva mawu, "Kodi ukuthawa utumiki umene ndidakuitanira iwe?[3]" Mawuwa adamukumbutsa za masiku amene adali ku sukulu ya ubusa ku Gweru popeza changu cha za uzimu chomwe adali

---

1 Akhrisitu ena anawatsatira azibusawa monga ku Limbe, ena anatsata Mbusa Nadolo womwe anali kukumana ku Bangwe. Iwowa analephera kutenga tchalitchi cha chikulu cha St John Chilembwe Baptist ku Limbe chomwe chinamangidwa ndi Malikebu mchaka cha 1968. Matchalitchi ena anatengedwa kuphatikizapo tchalitchi lalikulu la Mt Hermon Baptist ku Mulanje.

2 Zochokera pa Radio MBC "Kalondolondo" Pulogalamu ya pa 25 October 1995.

3 Zochokera kwa Abusa Msulira, Living Gospel Mission. 19 September, 1995.

nacho chidali chitachoka. Tsopano anali kumwa mowa kwambiri ndikumakhala moyo wosasamala. Atachita ngoziyo adamufotokozera Mbusa Muocha zonsezi. Muocha atamva izi, anamulimbikitsa kuti abwerere kwa Ambuye ndikumutumikira. Analapadi machimo ake ndipo anaikidwa pa mndandanda wa alaliki ndipo mchaka cha 1973 adadzodzedwa kukhala mbusa wa mpingo wa PIM. Atadzodzedwa, anayang'anira ntchito ya PIM mumzinda wa Blantyre mpaka mchaka cha 1975 pamene anapatsidwa mpingo ku Ndirande umene umasonkhana pa sukulu ya pulaimale ya Nyambadwe.

Kumeneko anthu anaona kusintha kwa Mbusa Msulirayu kupyolera mu zolankhula zake. Kenako anthuwo atawona khadi ya umembala anazindikiradi kuti sunalinso mpingo wa PIM. Motero anthu amene sanafune kumutsatira Msulira anachoka nayamba kumasonkhana mnyumba ya Mayi ndi Bambo Mtawanga. Anthuwa analipo ambiri kupambana amene anatsala ndi Mbusa Msulira. Kenako Mbusa Msulira analengeza mtchalitchi kuti mpingowo unayenera kudziwika ndi dzina loti "Living Gospel Mission". Anatinso Mbusa Muocha anavomereza kuti mipingoyi ipatukane. Atalengeza chonchi, anthu omwe sankadziwa kwenikweni kusinthaku tsopano anadziwa kuti sunalinso mpingo wa PIM koma Living Gospel. Mwa ichi anthu ena otsala anatsatiranso anzawo amene ankasonkhana kudera la mfumu Gamulani wa ku Ndirande. Mwa anthu amenewo, anali Bambo ndi Mayi Mawindo, Bambo ndi Mayi Chiwalo ndi gogo Grace Phiri. Mbusa Msulira anali atayambitsa mpingowo potsatira masomphenya amene adawawona ali ku Ntcheu. M'masomphenyamo, anawona mawu olembedwa LGM pakhoma. Adauzidwa kuti ayambe mpingo wotchedwa Living Gospel Mission. Chifukwa cha masomphenya amenewa, Msulira anamupempha Muocha kuti ayambitse mpingo wake ndipo Muocha anavomera. Abusa ena anaganiza kuti Muocha safuna kumvana ndi anzake, angodzichitira zinthu mwa iye yekha. Koma Muocha anamumvetsa Mbusa Msulira kwenikweni makamaka ndi mphatso zake za machiritso. Motero analibe vuto kumulola kuti akayambe mpingo wake.[4]

PIM ku madera ena

Kudzodzedwa kwa abusa ambiri kudapangitsanso kuti PIM ikule m'Malawi muno komanso kunja kwa dziko lino. Anthu ambiri anatembenuka mtima ndipo masekishoni ambiri anatsegulidwa.

Matchalitchi anayambitsidwa mnjira zosiyanasiyana. Njira ina inali yochita misonkhano. Akafuna kuchita msonkhanowo poyamba **amawapeza amfumu**

---

4   Zochokera kwa abusa Msulira 19 September, 1995.

ndikuwapempha chilolezo. Malo a msonkhanowo amakonzedwa ndi amfumu ndipo kawirikawiri umachitikira ku bwalo. Amfumuwo ankatumiza uthenga kwa anthu a mmudzimo kuwauza kuti kudzakhala msonkhano wa mawu a Mulungu ndipo aliyense akuitanidwa kumsonkhanoko. Achinyamata nawo anali ndi mbali yokonza nawo msonkhanowo monga yokhoma zimakalata zowaitanira anthu mmudzimo. Nthawi zina achinyamatawa amapatsidwa mpata woti alalikire. Popita kumsonkhanoko Akhristu anali kutenga zakudya ndi thobwa kuti akagawane ndi anthu ena ngati njira imodzi ya chiyanjano. Zoperekedwa zonse za patsiku limenelo zimaperekedwa kwa mfumu ngati mphatso. Anthu amene atembenuka mtima pamenepo ankapanga mpingo, ndipo mbusa ankawabatiza. Koma njira inanso inali yakuti ngati membala wa PIM mwamuna kapena mkazi apezeke ku dera lina kumene kulibe PIM atha kuyambitsa mpingowu kumaloko. Iye anali kupempha chilolezo kuchokera ku mishoni. Mbusa Muocha ankalola kukhazikitsa tchalitchi china ngati mtunda wake usiyana ndi tchalitchi china ndi 5 Km. Kenako Akhristu ndi mbusa woyandikira malowo amakonza msonkhano wa chitsitsimutso kuti akhazikitse tchalitchi.

Nthawi zina mpingo wina wa PIM umakhala ndi mamembala ambiri wochokera madera osiyanasiyana, ena kutali ena pafupi. Ndipo anthu ochokera kutaliwa amagwirizana zokhazikitsa tchalitchi china pafupi ndi kwawo. Amakapereka chidandaulo chawo kwa akulu a mpingo ndipo komiti ya tchalitchi pamodzi ndi mbusa amakambirana za nkhaniyi. Atagwirizana, amawalola anthuwa kukakhazikitsa mpingo kumalo kumene akufunako ndipo mbusa amawayendera. Monga ku Blantyre, tchalitchi la Holy Mount lidakhazikidwanso mnjira yotere.

Panali tchalitchi limodzi la PIM la St John Chilembwe Baptist panthawi ya Malikebu. Muocha atatenga udindo, Akhristu a ku Ndirande anaganiza zokhazikitsa tchalitchi cha PIM ku dera lawo, panthawiyo derali linali la mfumu Gamulani. Mothandizidwa ndi a komiti ya tchalitchi pamodzi ndi mbusa, tchalitchili lidakhazikitsidwa ndipo analitcha Holy Mount Baptist. Izinso zidachitika ku tchalitchi cha ku Ndirande. Akhristu a ku Mbayani omwe ankapita ku Ndirande anaganiza zokhala ndi tchalitchi ku dera lawo. Pogwiritsa ntchito njira yomweyo, adakhazikitsa tchalitchi lotchedwa Damasiko Baptist.

Pa St John Chilembwe, mpingo unkakula kwambiri, motero nawo Akhristu a ku Bangwe anafuna zokhala ndi tchalitchi chawo ku Bangwe. Msonkhano woyamba wokambirana zokhazikitsa mpingo wa PIM ku Bangwe unachitika pa tchalitchi chomwecho cha St John Chilembwe pa 23 January mchaka cha 1983. Anthu amene anali pa zokambiranazo anali Mbusa W.D. Manyika, M Kamwendo, Bambo Mgawa, Bambo Saka, Bambo Pumeyo, Bambo Makondesa,

Bambo Mateyo, Bambo Mkanda ndipo mbali ya amayi kunali Mayi Chimwaza, Mayi Maganga, Mayi Grace Phiri, Mayi Masache, Mayi Ester Makondesa, Mayi Magombo, Mayi Mkanda, Mayi Manyika, Mayi Chukambili, Mayi Paulo ndi Mayi Thamanda. Bambo Tebulo ndi Bambo Mpanda ndiwo adatsogolera

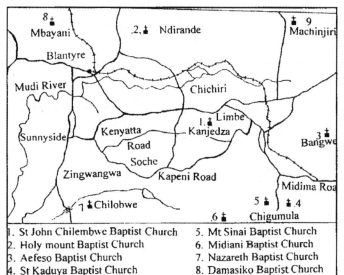

zokhazikitsa tchalitchi ku Bangwe. Komiti inasankha Bambo Mgawa, Bambo Saka ndi Bambo Malinda kukachita msonkhano ku Bangwe pa 26 January mchaka cha 1983. Anthuwa anayenera kudzachita lipoti kwa mbusa za zomwe adakapeza ndipo kenako anayenera kupanga msonkhano wa chitsitsimutso.

1. St John Chilembwe Baptist Church
2. Holy mount Baptist Church
3. Aefeso Baptist Church
4. St Kaduya Baptist Church
5. Mt Sinai Baptist Church
6. Midiani Baptist Church
7. Nazareth Baptist Church
8. Damasiko Baptist Church

Mapu a Blantyre kusonyeza madera amene PIM akupezeka

Pamene tchalitchi cha ku Bangwe chinkakhazikitsidwa, anthu ankaganizirabe za kupatuka kwa abusa atatu Mang'anda, Bulaimu ndi Nadolo. Mkabukhu ka maminitsi ka St John Chilembwe PIM church munalembedwa mawu awa:

> Mr Tebulo anaima ndi kuti: Masiku ano Akhristu ambiri amachokera ku Bangwe, ndipo ambiri amalephera kubwera kuno. Mbusa Nadolo wamva kuti ku Bangwe kuli PIM, ndipo popita ku mtsinje kukachita ubatizo tidutse malo awo kuti atione:[5]

Mauwa akusonyeza kuti mamembala a PIM ambiri ankapita kwa Mbusa Nadolo kuopa mtunda wa utali kupita ku St John Chilembwe ku Kanjedza. Pamene Akhristu a PIM anamva kuti tchalitchi cha PIM chakhazikitsidwa ku Bangwe ambiri analembetsanso ngati mamembala a PIM. Izi zikusonyezanso mpikisano woti ndani angakhale ndi mamembala ambiri. Tchalitchi linakhazikitsidwanso ku Chigumula m'mudzi mwa Chipanda nalitcha St Kaduya[6] Baptist kucho-

5   St John Chilembwe Baptist Church, *Buku la maminitsi*, 1982-1983.

6   Kaduya anali mmodzi mwa anthu otsatira Chilembwe ndipo anali mkulu wa mpingo mu

keranso pa mpingo wa pa St Kaduya matchalitchi ena anakhazikitsidwanso, monga tchalitchi cha Mount Sinai Baptist ndi Midian Baptist. Mpingo wa Mount Sinai uli pa mtunda wa 3 km kuchokera ku St Kaduya ndipo Midian Baptist uli pa mtunda wa 5 km. Tchalitchi lina linakhazikitsidwa ku Chilobwe lotchedwa Nazareth Baptist, tchalitchi linachokera ku St John Chilembwe. Umu ndi mmene mpingowu unakulira nakhazikitsa matchalitchi ena, munthawi ya Mbusa Muocha.

PIM *kunja kwa Dziko lino*

Panali kufananako mmene mpingo wa PIM umakulira ku Malawi ndi kunja kwa dziko lino. Mwachitsanzo ku Zimbabwe kunali Mbusa J.A. Maneya amene amakhala ku Mutare tauni imene ili pa mtunda wa 30 km kuchokera ku phiri la Chinyauhusuwela kumene kunali mpingo wa PIM. Tchalitchi lina linali ku tauni ya Dzimunya kumene kunali Akhristu 36. Ndikulalikidwa kwa mawu a Mulungu, mamembala anachuluka.

Nthawi ina uthengawu unalalikidwa pa mudzi wa Stephen Chitaka, umene uli pa mtunda wa 45 km kuchokera ku Chipinja ndipo mpingo udakhazikitsidwa pamenepa. Kenako msonkhano wa chitsitsimutso udachitika pa mudzi wa Chimphenga ndipo mpingo udakhazikitsidwanso. Tchalitchi chomwe chidali pa Malange, chidali ndi a khristu 32 ndipo utalalikidwa uthenga, anthu ambiri anatsitsimuka natembenuka mtima. Mwa ichi mamembala a patchalitchili anachuluka mpaka kufika pa 496. Mchaka cha 1977 Mbusa J.A. Maneya anasamuka ku Mutare kupita ku likulu la mpingowu limene linali ku Harare kuti akayang'anire matchalitchi ku Harare ndi ku malo ozungulira. Mchaka cha 1980, itatha nkhondo ku Zimbabwe, Mbusa Maneya, anasamuka kubwera kuno ku Malawi ndipo Mbusa Mzozo anatumizidwa kukalowa mmalo mwake.

Ku Mozambiquenso kunkachitika zinthu zofanana. Ngakhale panali zovuta zina ndi zina kuchokera ku Mpingo wa Katolika, mpingowu unkakula tsiku ndi tsiku. Mpingo wa katolika sumafuna kuti kuderalo kukhazikitsidwenso mpingo wina uliwonse. Mpingo wa pa Milanje umene unakhazikitsidwa ndi Mbusa Muocha mzaka za m'ma 1950 ndipo unkakula mofulumila pamene Mbusa Muocha ankatumikira ku Mulanje. Panthawiyi, mpingo wa pa Milanje unagawidwa mmasekishoni atatu. Sekishoni imodzi yoyamba inali ndi matchalitchi 32

nthawi ya Chilembwe. Dzina lake anali David mbale wake wa Benjamin Kaduya yemwenso anali nkulu wampingo. Benjamin anapachikidwa ku Mulanje pa nthawi ya nkhondo ya Chilembwe ndipo David anaomberedwa miyendo. Iye anawapempha asilikari kuti asamutengere ku Chipatala koma kuti aphedwe. Asilikari asanu anamuzungulira ndipo anamuombera atanena pemphero lake lotsiriza. Manda ake ali ku Magomero ku Chiradzulu.

ndipo sekishoni yachitatu inali ndi matchalitchi 7. Masekishoni awa anapere-kedwa kwa mbusa mmodzi kuti awayang'anire. Sekishoni yachiwiri inali ndi matchalitchi 11. Tchalitchi lina linatsekulidwa pa Mikanyera. Tchalitchi la pa Mikanyera linabereka matchalitchi asanu ndi anayi ndipo lina linatsegulidwa pa Namaloe. Ngakhale kunali nkho-ndo, mpingo wa PIM unakula kwa-mbiri ku Mozambique. Anthu ma-zanamazana anali kubwera ku mso-nkhano wa pachaka ku likulu la PIM ku Mbombwe monga momwe achitira masiku ano.

Madera a Utumiki wa Mbusa Muocha

Ku South Africa mpingo wa PIM unali kukula monga maiko ena. Mpingowu unayang'aniridwa ndi Mbusa Malemu James P. Chi-nyama amene anatumikira mokhu-lupirika pa mpingo wa PIM ku So-weto, ku dera la Chiyawelo.

Mchaka cha 1981 mpingo umo-dzi wa National Baptist Convention of America Inc., wotchedwa First Institutional Baptist Church wa ku Phoenix, Arizona unakhazikitsa ubale ndi mpingo wa PIM ku Soweto. Mpingowu unapereka poyamba 1500 Dollar kuti amangire tchalitchili pa Chiyawelo. Motsogozedwa ndi Mbusa Dr William J. Harvey III, mbusa ndi mamembala onse a First Institutional Baptist Church wa ku Phoenix, Arizona anakhala wothandiza mishoni ya ku Sowetoyi imene inadzatchedwanso "First Institutional Baptist Church of Soweto". Kuchokera mchaka cha m'ma 1980, FIBC ya ku Phoenix inakhazikitsa thumba la ndalama lothandizira tchalitchi linzake ku Soweto, mwezi ndi mwezi.[7]

Mbusa James P. Chinyama anali nzika ya ku Malawi ndipo anali wachiwiri kwa Mbusa Muocha. Ntchito yake yaikulu inali kutsogolera ndi kukonzekera kumanga tchalitchi koma sanaone tchalitchi lomangidwalo chifukwa anamwalira mwadzidzidzi ndi nthenda ya mtima mchaka cha 1989. Kumanga tchalitchili kunapitirizidwa ndi Mbusa Chipuliko ndipo linatsirizidwa pa 22 August 1993. Ubale umene unayambika ukadapitirira mpaka lero.

Panthawi yotsekulira tchalitchilo, Mbusa Stewart adati; Mulungu atamandi-

---

7 Zochokera mu kabuku kotchedwa Souvenir journal of the Dedication of the First Institutional Baptist Church, Soweto, RSA, Wed, Aug 18-Sunday Aug 22,1993.

dwe chifukwa cha ntchito zake zopambana kupyolera mwa mbusa ndi anthu a mpingo wa "First Institutional Baptist Church wa ku Phoenix, womwe uli ku Arizona ku USA ndi ku Soweto ku RSA. Ulemu ndi ulemerero upite kwa iye chifukwa cha zinthu zazikulu zimene wachita. Pakati pa mipingo yathu pali mapiri, nyanja, zipululu ndi zikwizikwi za mamailosi ndi zina zotere zimene zimatilekanitsa komabe chikondi cha Yesu Khristu ndi kuti tonsefe tili mumpingo wake, chimatiyanjanitsa. Anthufe, ndife amodzi mwachibadwidwe komaso makamaka ndife amodzi mwa Khristu. Mulungu yekha ndi amene angathe kuyambitsa ndi kusunga ubale woterowu.[8]

Dongosolo la ntchito

Patapita zaka matchalitchi a PIM anachuluka m'Malawi ndi m'maiko ena. Kuti ntchito ya mpingo igwirike moyenera, matchalitchi amagawidwa masekishoni monga mmene zimachitikira nthawi ya Malikebu. Pa sekishoni ili yonse panali matchilitchi angapo ndipo mbusa amapatsidwa sekishoniyo kuti ayang'anire matchalitchi onse amusekishonimo. Mwachitsanzo, boma la Mulanje linagawidwa m'masekishoni asanu ndi anayi ndi sekishoni iliyonse inali ndi matchalitchi ake. Mwachitsanzo Mulanje sekishoni 3 inali ndi matchalitchi 19. Tchalitchi chao chachikulu chinali Mt Cleveland Ohio Baptist ku Migowi mdera la mfumu Nkhumba. Mu sekishoni munali komiti yosankhidwa ndi anthu ochokera mmatchalitchi osiyanasiyana mderalo. Komitiyi inali kuyang'anira zonse zochitika msekishoniyo. Mutchalitchi lililonse munali komiti ya madikoni aamuna ndi aakazi. Ndipo ngati pabuka kusiyana maganizo mtchalitchi kapena ngati membala wina analakwa anali madikoniwa amene amatha nkhani yonse ndipo ngati alephera, amatumiza ku komiti yayikulu ku sekishoni, awanso akalephera amazitumiza ku komiti yayikulu, ku Mbombwe.

Ku mishoni, dikoni wamkulu anayerera kukhala pampando kwa zaka zinayi ngati akugwira bwino ntchito yake koma ngati sagwira bwino, ankakhala zaka ziwiri. Pamene Mbusa Muocha anali pa udindo wa Wapampando, Bambo D.B. Komiha ndiye anali wapampando wa madikoni zaka zonse ndipo zovuta zimene zimachokera ku matchalitchi osiyanasiyana zimatumizidwa ku Mbombwe. Komiti ya madikoni ndiyo inali kuweruza nkhani monga zakumwa mowa kutenga mitala ndi kuphwanya malamulo. Ngati madikoni alephera kuweruza nkhanizo, zinali kubweretsedwa ku komiti yaikulu imene inapangidwa ndi abusa pamodzi ndi madikoni. "Ndiyetu kunalibe ziphuphu poweruza mlandu, anaonetsetsa kuti zinthu ziyende monga momwe zikadayenera kuyendera mu njira yabwino.

Pautsogoleri wa Muocha, sanakonde kuti alendo omwe ankachokera ku USA agwirizane ndi abusa. Samafuna kuti abusa awapemphe zinthu alendowa.

Mchaka cha 1980, mlendo amene anabwera ndi Dr Harvey ku Mount Soche anaitana Mbusa J.A. Maneya kuti akamuone ku Mount Soche ndipo anamupatsa K200. Izi sizidamusangalatse Mbusa Muocha kuona mmodzi mwa abusa ake ku Mount Soche. Maneya atabwerako, anamudzudzula chifukwa chochititsa manyazi Mbusa Muocha. Zidachitikanso ndi Wapampando wa bungwe la Foreign Mission Board, Mbusa Charles Walker atabwera kuno ku Malawi mchaka cha 1981. Mbusa Walker anamuitana Mbusa Maneya nakamupatsa masuti awiri ndi mapeyala awiri a nsapato. Muocha anamuchenjeza Mbusa Maneya kuti ngati khalidwe lipitirira, ndiye kuti adzamuimitsa pa ubusa. Kunali kosavuta kuimitsa mbusa kapena aliyense membala wamumpingo ngati alakwira. Mwachitsanzo, pamene Mbusa Chipuliko ndi Mbusa Mabuwa anabwera kuchokera ku USA mchaka cha 1983, Mbusa Maneya analemba kalata kwa Billy Phiri wa ku Zambia nawauza za kubwera kwa anthu awiriwa, Billy anamulembera kalata Muocha kumuuza za kalata ya Maneya. Mbusa Muocha atamva izi anamufunsa Maneya chifukwa chimene adalembera kalata a Billy Phiri. Atalephera kuyankha, Maneya anaimitsidwa pa ubusa ndipo anamubwezeranso mchaka cha 1987.

Ntchito za amayi

Monga anachita Mayi Flora Malikebu, kukhala wapampando wa gulu la amayi, a Mayi Sadi Muocha pamodzi ndi Mayi Roselyn Chipuliko adachita chimodzimodzi. Mayi wapampando ankathandizidwa ndi amayi atatu omwe amasankhidwa ndi amayi anzawo pa msonkhano wawo wapachaka wa ku Mbombwe. Amayi atatuwa anali onse madikoni ndipo anali ngati wachiwiri kwa wapampando. Amayi a mumpingowu anali ndi udindo wofunika kwambiri pampingo monga m'mene amakhalira nawo masiku ano. Iwowa anali kuyang'anira za chipatala cha amayi pa mishonipo. Amakonzanso njira zopezera ndalama zogulira mankhwala a pachipatala. Pochita izi, amayi ena ochokera m'masekishoni osiyanasiyana amasankhidwa kupita ku mishoni. Kuchoka uko, amatumizidwanso kumasekishoniko kukatenga ndalama zomwe amayi a mvano anatolera kuti athandizire ntchito ya chipatala.

Panthawi ya Muocha amayi anatha kuotcha njerwa zoti akuzire chipatalacho. Izi zidachitika kupyolera mzopereka zawo za pamwezi. A bungwe la "Christian Service Committee" anawathandiza kupeza amisiri omanga amene anadzamanga chipatala chatsopano cha amayi. Amisiri omanga analipiridwa ndi gulu la amayi a ku National Baptist Convention ku America. "Chipatalachi cha mabedi

17, chinatsegulidwa ndi gulu la amayi a NBC a ku USA, Inc., amene anka-
tsogoleredwa ndi Mayi Dr Mary O. Ross". Chinanso ndi choti amayiwa anka-
thandizanso kwambiri kukonzekera msonkhano wawo wa pachaka. Pokonzeke-
rapo, amatumiza amayi en a ku masekishoni kukatenga ndalama zimene amayi a
matchalitchi osiyanasiyana anazitolera zoti adzagulire ndiwo za alendo ndi ena
amene analibe chakudya panthawi ya msonkhano. Pothandidzidwa ndi abambo
ena, amayiwa amathandiza kuphika chakudya ndi kuperekera kwa alendo ndi
anthu amene asowa chakudya.

Sikuti amayiwa amaonetsa luso lawo ku khitchini kokha ayi, ngakhalenso pa
gome polalikira. Pa mlungu wa msonkhano amayi anali kupatsidwa tsiku lawo-
lawo kuti alalikire. "Patsikuli abambo onse pamodzi ndi abusa ankangomvetsera
kapena kupatsidwa chochita ndi amayi koma ngati sapatsidwa, anali kungokhala
osachita kanthu ndipo ngati apatsidwadi ankatchedwa mayi wakuti wakuti. Ilitu
linali tsiku lalikulu kwa amayi." Izi zinkachitika monga m'mene zinkachitikira
panthawi ya Mayi Flora Malikebu komanso monga momwe zikuchitikira masiku
ano. Patsiku lopambanali amayi amavala yunifolomu yawo yoyera, ndipo akaku-
mana pamodzi, amapita ku tchalitchi cha New Jerusalem Temple. Kuchokera
kumeneko amaguba nkumayimba kupita kumalo kumene kumachitikira mso-
nkhano. Malowa anali pafupi ndi tchalitchi. Patsikuli Mayi Sadi Muocha amala-
nkhulapo monga wapampando. Izi ankachita monga ankachitira kale Mayi Flora
Malikebu komanso monga m'mene akuchitira owatsatira awo Mayi Roselyn
Chipuliko.

Patsikuli kunali kuyimba, kulalikira ndi kuphunzitsa. Zonsezi amachita ndi
amayi komanso anamwino ochokera ku chipatala amalankhulapo pa zaumoyo.

Amayiwanso anali ndi sukulu ya zophikaphika kumene amaphunzirako ku-
soka, kuphika ndi luso lina. Mbusa Muocha ankatumiza amayi ena ku Chilema
kukaphunzira nawo zophikaphika ndipo akachoka kumeneko, amadzaphunzitsa
anzawo.

Amayiwa amapitanso kukayendera odwala kuchipatala ngakhalenso amene
anali kudwalira kwawo. Ankawakonzera mphatso monga ndalama kapena cha-
kudya ngati chimanga, mbatata ndi nthochi. Ngati wodwalayo satha kulima,
amayi amathandiza kulima kumunda kwake. Kwa anthunso wokalamba amene
samatha kulima amayiwa amapita kukawalimira, kuwabzalira komanso kuwa-
kolorera. Amayiwa amathandizanso panthawi ya maliro pogwira ntchito zina
ndi zina.

Kuonjezera apo, amayiwa amakonza misonkhano yawo m'malo osiyanasi-
yana ndi kumalalikira za uthenga wabwino. Mayi Sadi Muocha ankayendera
amayiwa m'masekishoni kulalikira, kuwalimbikitsa kuti apitilire kutumikira
ambuye.

Mayi Muocha anati "Ndayenda m'mayiko osiyanasiyana, ku Zimbabwe, Zambia, Mozambique, ku South Africa ndi maboma onse m'Malawi muno kulalikira uthenga wabwino."⁹ Akadali pa mpando, Mayi Muocha anathandizidwa ndi Mayi Gadamika wa ku Harare ndi Mayi Chilumpha wa ku Chiradzulu ngati wachiwiri kwa wapampando kuphatikiza Mayi Kampa a ku Zomba. Mayi Muocha pamodzi ndi amayi ena otchulidwawa ankapita malo osiyanasiyana kukalalikira. Ndiponso amayi omwe amasankhidwa m'masekishoni amamuthandiza.

Zopereka zochokera m'misonkhanoyi kuphatikiza ndi zochokera kwa amayi zimathandiza kudyetsa alendo pa mishoni komanso kukulitsa chipatala. Mgwirizano wa amayiwa unathandiza kuti agwire bwino ntchito yawo popanda mavuto. Vuto limene anakumana nalo ndi losekedwa ndi anthu kuti chifukwa chiyani amayi ankayenda mitunda italiitali komanso kawirikawiri? Ndipo nthawi zina pa maulendowa amagona ndi njala komabe osasiya kulalikira ndi kuphunzitsa. Ku Mbombwe amayi amakumana kawiri pa mulungu, lachitatu ndi lachisanu. Lachitatu linali tsiku lopembedzera mpingo ndipo lachisanu ankayendera odwala kumidzi ndikukalalikira.

Mchaka cha 1987, Mayi Muocha anasiya kukhala wapampando pamene Mbusa Muocha anapuma pa ntchito. Zitatero Mayi Roselyn Chipuliko analowa m'malo mwake. Mayi Roselyn Chipuliko anali mkazi wa wapampando yemwe analowa m'malo mwa Muocha. Pa chifukwa cha ichi, anakhalanso wapampando wa bungwe la amayi.

Mayiyu anati ntchito ya amayi inkakula makamaka pa July pamene amakonzekera msonkhano waukulu komanso msokhanowo ukangoti watha. Mchaka cha 1989, atalowa m'malo Mayi Chipuliko, komiti ya amayi ku Mbombwe inasankhidwa. Amayiwo anali Mayi Manyika, Chapunga, Mlenga, Mkumba, Chiusiro ndi Mayi Chilumpha. Onsewa ankapemphera pa tchalitchi cha New Jerusalem Temple ku Mbombwe. Pa mwezi wa July chaka chili chonse ankakonza misonkhano ya chitsitsimutso pa mishoniyo. Mchaka cha 1993 amayi ena anasankhidwa kukhala wachiwiri wa mayi wapampando. Amayiwo ndi awa, Mayi Elizabeth Binali, Mayi Ester Makondesa ndi Mayi Chilumpha ndipo anagwira ntchito yawo mpaka 1995 pamene gulu la amayi ena khumi linasankhidwa.

Ntchito za Achinyamata

Mtchalitchi cha PIM achinyamata ali ndi bungwe lawo lotchedwa "Baptist Young Peoples' Union"(BYPU). Anali ndi ntchito ku sande sukulu kuphunzitsa

9   Zochokera kwa mayi Muocha. 14 December, 1995.

mawu a Mulungu komanso kuimba makwaya. Kuti zochita zonsezi zitheke, achinyamatawa anali ndi komiti yawo yaikulu yomwe inapangidwa ndi achinyamata ochokera m'masekishoni osiyanasiyana. Iwo amasankhidwa pa nthawi

ya msonkhano waukulu. Mu sekishoni iliyonse achinyamata amasankha komiti yoyang'anira za BYPU ku dera lawo. Kulimbikira kwa achinyamata m'ma sekishoni kumatengera ndi kudziperekera kumene atsogoleri a m'ma sekishoniwa anali nako. Wamkulu woyang'anira za achinyamata amasankhidwa ku mishoni ndipo pa nthawi ya Mbusa Muocha, woyang'anira za achinyamata ànali Mbusa Kampa. Ankayendera matchalitchi ndi masekishoni kuwona zo-

Nyumba ya Dr Malikebu

mwe achinyamatawo akuchita namapereka lipoti ku Mbombwe. Musekishoni iliyonse pamene Mbusa ndi komiti yake akuchita dongosolo la zochitika pa tchalitchi, amaikanso zochita achinyamata. Mbusa akayendera tchalitchi lina mu sekishoni, zinthu zonse zochitika loweruka zimatsogoleredwa ndi achinyamata, ndiponso la mulungu achinyamata ankathandiza kuphunzitsa sande sukulu ndi kuimba kwaya. Nthawi zina achinyamatawa anali ndi sabata lawolawo lotumikira ndipo zonse zimachitika ndi achinyamata. Mbusa amangoyang'anira ndipo amatha kuwalangizapo pamene amalakwitsa. Izi zimatero kuti asunge chiphunzitso ndi mwambo wa mpingo.

Achinyamatanso amagwira ntchito zina monga kutchetcha udzu patchalitchi, kukumba zimbudzi, kumanga zisakasa pa nthawi ya msonkhano komanso kukanena uthenga wa maliro kumalo ena ngakhale kutali. Ichi amachita nthawi iliyonse masana ngakhale usiku.

Panthawi ya msonkhano wa pachaka, tsiku lolemba, limaperekedwa kwa achinyamata, ndipo zonse zochitika, amachita ndi iwowa zinthuzi ndi monga

kulalikira ndi kuphunzitsa. Pa masiku enawa, ankaimba, kuonjezera apo achi-
nyamatawa amagawana mmagulu ndipo gulu lililonse linali ndi tsiku lake lowaza
nkhuni zimene amayi amaphikira komanso ndikukonza pamalo pochitikira
msonkhanopo. Abambo ankathandiza nawo.

Achinyamata anali kutenga nawonso mbali ya zomangamanga. Amapatsidwa
ntchito pamodzi ndi amayi ndi abambo youmba njerwa ndi kuziotcha njerwazo
amamangira tchalitchi ndi nyumba ya mbusa.

Mavuto amene Mbusa ndi Mayi Muocha anakumana nawo

Mavuto ena Mbusa Muocha anakumana nawo asanasankhidwe kukhala wapa-
mpando wa African Baptist Assembly monga mchaka cha 1959 pamene kuda-
yambika boma longogwirizira kudali chisokonezo. Panthawiyi, Kamuzu Banda
ndi anthu ena 600 anamangidwa naikidwa mndende[10]. Panthawiyi boma la atsa-
munda linaganiza kuti mpingo wa PIM udzayamba nkhondo ngati ya Chile-
mbwe. Kunamveka mphekesera kuti mpingowu unali ndi zida za nkhondo ku
likulu lawo ndipo unali kufuna kulanda boma. Tsiku lina boma la atsamundalo
lidatuma asirikali kuti akazungulire pamishonipo usiku. Mmawa asirikali ena
anadzazungulira nyumba ya Malikebu. Patsikuli Mayi Muocha anadzuka mma-
mawa natuluka panja kukagwira ntchito. Anawaona asirikali atazungulira kunyu-
mba kwa Malikebu ndipo anamuitana Mbusa Muocha yemwe anali kugonabe
panthawiyo. Mbusa Muocha atamva anayesa nthano. Kenako anadzuka ndiku-
yamba kupita kunyumba ya Malikebu yomwe idali pafupi ndi nyumba yake.
Nthawi imeneyi asirikali analamula kuti aliyense asayendeyende koma akhale
kumene ali. Movutavuta, Mbusa Muocha anawadutsa asirikali aja ndikufika
pakhonde la nyumba ya Malikebu. Pamenepo anakumana ndi mkulu wa asirikali
akufuna kugogoda pakhomo. Pokanganakangana anamulola Muocha kuti achite
odi. Malikebu atamva mawu a Muocha anatsegula chitseko ndipo pamene
awiriwa analowa anamupeza Malikebu atakhala pampando mzovala zake zogo-
nera. Anamufotokozera Muocha kuti amperekeze mkulu wa asirikali kukaya-
ng'anayang'ana mnyumba ya Malikebu ndipo sanapeze kanthu. Anamupereke-
zanso ku ofesi kenako ku tchalitchi cha "New Jerusalem Temple", koma sana-
peze kanthu. Mkulu wa asirikaliyo anakambirana ndi mnzake kuti mphekesera
imene inamveka inali yabodza. Panthawiyi nkuti asirikali atatchera kale mfuti
zawo pamalo oyang'nizana ndi tchalitchi, pomwe pali chipatala tsopano koma-
nso ndi nyumba ya Malikebu. Kenako asirikali onse omwe anabisala ku mtsinje

---

10 Zochokera m'buku lolembedwa ndi R.D. Cornell, *World History in the 20th century (New Edition, Harlow Longman 1980), p.358.*

wa Mbombwe enanso munkhalango, anaitanidwa nasonkhana onsewa panyu-
mba ya Malikebu. Mkulu wawo anawauza kuti atenge mfuti zawo ndikunya-
muka. Anachoka pamalopo osawononga chilichonse. Anthu akadali mnyumba
zawo Muocha anazungulira pamishonipo ndipo anapeza zinthu zina zomwe
zinaiwalika ndi asirikaliwo monga mapiki ndi mafosholo. Atazitenga anapita
nazo kwa Malikebu kukamuuza zimenezi. Malikebu anamuuza kuti azitumize
kwa a DC a ku Chiradzulu ndipo anazitumizadi.

Zitachitika izi, a chipani cha Malawi Congress anaopanso PIM ndipo ana-
waopseza kuti adzaotcha tchalitchi. Panthawiyi Malikebu anauza mpingo wake
kuti akhale osamala." Kubwera kwa ufulu sikutha kwa chikhristu. Mukhoza
kugula makadi koma musamale"[11]. Mawuwa anthu anawanva mosiyana. Ena
anati Malikebu waletsa kugula makadi. Chifukwa choopsezedwa anthu ku Mbo-
mbwe anagona panja milungu iwiri. Boma linatumiza asirikali a CID. Ndipo
anyamata a Youth amakhala nawo pa mapemphero kumvetsera.[12] Vuto limeneli
silinathe msanga kotero kuti matchalitchi ena ku Thyolo anaotchedwa. Anthu
ena anaphedwa, monga a Nyanda a tchalitchi cha St Luke Baptist kumudzi wa
Kaludzu m'boma la Dedza, Bambo Kaphaidyani a ku Mitundu Baptist anaba-
yidwa pamutu ndipo anamenyedwa pafupi kufa. Nyumba za mamembala ena a
PIM kuderali zinaotchedwa. Mbusa Bwanali wa mpingo wa Zambezi Industrial
Mission (ZIM) wa kumudzi wa Nkumba m'boma la Chiradzulu anali pafupi
kuphedwa chifukwa chogwirizana ndi mpingo wa PIM.[13] Kuzunzika konseko
kunkachitika pamene Malikebu anali pa tchuthi ku America. Muocha ndiye
amene ankayang'anira za mpingowu, ndipo anamva chisoni kuti mamembala a
mpingowu akuzunzidwa. Anapita ku Limbe kukaonana ndi Aleke Banda ndi
Albert Muwalo. Muocha anamuuza Aleke Banda: "Chifukwa chiyani mulolela
mayufi anu kukazunza mamembala a mpingo wathu? Akuchimwirani? Chifu-
kwa chiyani simunandiitane kuti tikambirane? Kodi ndi pati pamene asonyeza
kusakhulupirika kwa Kamuzu ndi chipani? Chilembwe yemwe anali mtsogoleri
wa anthu akuda kumenyela ufulu wathu, zitheka bwanji kuti omutsatira ake
achite zosiyana naye?" Poyankha Aleke Banda anati, Chilembwe anali wosi-
yaniranatu ndi Malikebu. Malikebu anali wosakhulupirika kwa Kamuzu. Za Chi-
lembwe Malikebu sizimamukhudza. "Tikadadziwa manda a Chilembwe tikada-
lemba cheki cha ndalama nkukaponyamo". Ndipo Muocha anati "Sindidziwa
ngati Aleke akukumbukira mawu awa". Kenako Muocha anakumana ndi Muwa-

11 Zochokera kwa Mbusa Muocha. 14 December, 1995.
12 Zochokera kwa Mbusa E.J. Chamba. 11 December, 1995.
13 M'busa Chamba, 11 December 1995.

lo yemwe anamufotokozera chimodzimodzi ndipo Muwalo anamuuza kuti wamva za vutolo ndipo adzalithetsa.[14]

Vuto lina limene anakumana nalo linachokera kwa mbusa mnzake, Mbusa Mdala mng'ono wake wa Dr Malikebu. Poyamba Mbusa Mdala anali nthumwi yachinsinsi ya polisi ya ku South Africa ndipo kenako anadzalowa ubusa ndi kukhala mbusa wa PIM. Mchaka cha 1969, Dr Malikebu anapita ku America kutchuthi ndipo zonse anazisiya mmanja mwa Mbusa Mdala. Mbusa Mdala anasokoneza ndalama ndipo podziwa kuti Mbusa Muocha akhoza kuitanidwa kudzafufuza za nkhaniyi anafuna kumuchotsa. Motero analemba kalata ndi kuika sitampa ya ku Russia ndikupereka ku polisi. Anawauza apolisi kuti Muocha mbusa wa PIM ku Zimbabwe akugwirizana ndi boma la ku Russia kuti alande boma la Malawi. Apolisi a ku Zimbabwe anapemphedwa kukafufuza kunyumba ya Muocha ndi apolisi a ku Malawi. Apolisiwa adapitadi kukafufuza ku nyumba ya Muocha ku Mbale, imene inali mumseu wa Mamuka, nambala yake 15. Kufufuzaku kunachitika pamene Muocha atangochoka kubwera ku Malawi kudzaona mwana wake Christina yemwe anamugoneka mchipatala ku Nguludi. Ndipo kunyumba kunali Mayi Sadi Muocha yekha ndi ana. Apolisiwa sadapeze

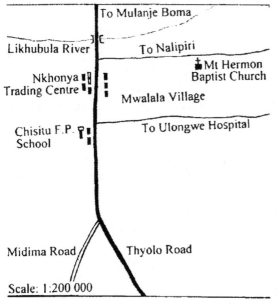

umboni weniweni wokhudza kalata yabodza ya Mbusa Mdala. Zinthu zomwe zidapezeka mnyumba ya Muocha ndi masatifiketi a ulendo opereka kwa malegisitala, makadi a umembala, mabaibulo ndi zinthu zina zokhudza utumiki wake.

Pa 7 June 1969 apolisi a ku Malawi atamva kuti Muocha ali ku Malawi anamumanga namuika mndende ya ku Chichiri. Jack Kakhobwe amene panthawiyo anali wamkulu wa a polisi a Special Branch ku chigawo chakummwera anaifufuza nkhani yonse ndipo anapeza kuti

Mapu 1: Map wosonyeza Mt Hermon Baptist

---

14 Zochokera kwa Mbusa Muocha, 14 December, 1995.

Muocha anali wosalakwa. Motero anamutulutsa mundende pa 9 July chaka chomwecho.

Pamene Mbusa Muocha anadzodzedwa kukhala wapampando wa African Baptist Assembly. Vuto limene anakumana nalo ndi kuchoka kwa abusa atatu ndi mkulu wampingo Bambo Nyungu. Abusawo ndi a J. Mang'anda, Mbusa B.B. Nadolo ndi Mbusa Bulaimu. Mawu amene abusawa ananena pa msonkhano womaliza, pamene Malikebu anawalangiza abusa kuti alemekeze udindo wa Muocha anayamba kuonekera. Muocha analembera kalata a Foreign Mission Board ndikuwauza zimene zimachitika pamishonipo. Chotsatira chake chinali choti, pa 29 December 1971, abusa atatuwa anadulidwa mumpingo, amene anawadulawo anali Dr William J. Harvey III, mlembi wa Foreign Mission Board.[15] Atadulidwa mumpingo abusawa anayamba kutenga matchalitchi ena a PIM, ndipo matchalitchi omwe anatengedwa ndi monga New Hope Baptist, limene linali pa mudzi wa Lambulira m'boma la Zomba, tchalitchi la Mount Hermon Baptist pa mudzi wa Kadewere mdera la mfumu Chikumbu ku Mulanje, (onani pa map 1), komanso ndi matchalitchi ena ku Lilongwe ndi enanso ang'onoang'ono okwana 30. Mavuto oterewa adapitirira mpaka pomwe nkhaniyi idaperekedwa ku khoti. Gulu la Mang'anda linaimba mlandu Muocha chifukwa chogwiritsa ntchito dzina la PIM komanso ofesi yake. Mchaka cha 1977 Dr Malikebu ndi Dr Harvey anabwerera ku Malawi kudzachitira umboni pa mlanduwo umene unaweruzidwa mu khoti lalikulu ku Blantyre. Akadali ku America, Malikebu analimbikitsidwa ndi abusa atatu pamodzi ndi Bambo Nyangu ndipo mpaka mchaka cha 1975, Malikebu analemba kalata ku Malawi yonena kuti iye sanapume pantchito. Anali akadali Chairman wa PIM. Malikebu anauza apolisi ku Chiradzulu kutulutsa Muocha amene ankati analowa mnyumba yake popanda chilolezo. Agulu la Mang'anda adali ndi wowaimira wawo Wilson Morgan, ndipo pamene Mbusa Muocha, Mbusa Mbule ndi Mbusa Chibwana anapita ku khoti, anafunsidwa kuti abweretse wowaimirira chifukwa pomwe ankapitapo, anapita okha. Poyamba adakaonana ndi Sacranie. Sacranie anawafunsa ngati ali ndi satifiketi ya mgwirizano "Certificate of Incorporation ndi Common Seal". Iwo anati izi zinali ndi Mbusa Mang'anda. Sacranie anati sangathe kuimira mlanduwo wopanda zimenezo.[16]

Kenako anakaonana ndi Bazuka Mhango yemwe anavomera pempho lawo. Ali mkhoti, woweruza anawafunsa Bambo D.B. Komiha yemwe anali wamkulu wa madikoni pa nthawi ya Malikebu, ndiponso ya Muocha, pa zimene anazi

---

15 Zochokera kwa Mbusa Chibwana. 27 September, 1995.
16 Zochokera kwa Mbusa R.T. Mbule. 28 September, 1995.

wona pa mishonipo, udindo umene anali nawo komanso ndi ndalama zimene amalandira. Poyankha anati:

> Ine ndi mdikoni ndipo sindilipidwa. Ndi mwambo wa mpingo wa PIM kuti madikoni asalipidwe. Pa zimene ndinaona pa mishoni Mbusa Mang'anda ndi Mbusa Nadolo akunama. Zakupuma ntchito kwa Dr Malikebu, kudachitika bwinobwino komanso mwadongosolo ndipo anthu ambiri anadzawonerera kudzodzedwa kwa Mbusa Muocha ndi Dr Harvey. Anthu ambiri anachokera ku madera osiyanasiyana m'Malawi muno komanso Zambia, Zimbabwe, South Africa, Zaire ndi Mozambique. Panalinso nthumwi zochokera ku boma, membala wa ku nyumba ya malamulo, a DC, nthumwi zochokera ku chipani cha Malawi Congress. Motero pamene anthu awa akuti Muocha si Chairman, ilo ndi bodza lenileni.[17]

Mlanduwo sadagamule mpaka pa 6 September 1978. Ndipo udakomera Muocha pamene Mbusa Mang'anda ndi gulu lake lidauzidwa kuti abweze zinthu zonse za mishoni, pa masiku asanu ndi awiri. Akalephera kutero adzamangidwa. Kenako Dr Daniel Malikebu ndi abusa ena anachoka nakayamba mpingo wawo wotchedwa 'Independent Baptist Convention, Malawi Inc'. ndipo Malikebu anali mtsogoleri wawo. Zitatha izi, ndipo patapita nthawi, Mbusa Muocha anaitanitsa abusa amene anachoka mumpingo kuti akambirane ndikuyanjananso ndikugwirira ntchito limodzi, koma abusawo anakana.

Pa za mlandu wa Malikebu, abusa ena anati "chinali chikonzero cha Mulungu kuti zinthu ziyende choncho".[18] Enanso anati, zinachitika choncho kuti Malikebu akasiya mpingowu, utsogoleredwe bwino. Anawadziwa bwino abusa ake komanso anadziwa amene angayambitse mavuto muutumikiwo. Motero analola abusa ena kuchoka mumpingo ngati njira yosefera mpingo ndikusiyamo anthu abwino okha.[19]

Kuonjezera pa vuto ili la mchaka cha 1971 mpaka 1978, panalinso vuto la ndalama. Mpingo unalibe ndalama ku banki. "Panthawi ya Dr Malikebu timalipidwa 3 paundi 25 shillingi 6 pensi imene inali K6.25. Muocha atatenga udindo ananena kuti ku banki kulibe ndalama namatilipira K1 pa mwezi, ndipo abusa akuluakulu amalipidwa K2 pa mwezi.[20]

Panthawi ya milandu ku Blantyre Mbusa Mbule anamufunsa Mbusa Muocha chomwe akadayankha akadafunsidwa ndalama zomwe abusa amalandira. Abusa anaitanidwa kukambirana za nkhaniyi. Dr Harvey analonjeza kuti zimene ag-

17   Zochokera kwa Bambo D.B. Komiha. 26 September, 1995.
18   Zochokera kwa Mbusa B.R. Sankhulani, 26 September, 1995.
19   Zochokera kwa Mbusa R.T. Mbule. 28 September, 1995.
20   Zochokera kwa Mbusa B.R. Sankhulani. 26 September,1995.

wirizane a Foreign Mission Board adzayamba kulipira. Abusa ena anatchula mtengo wa K45, ena K50 ndipo enanso K20. Koma Mbusa Maneya ndi Mbusa Mpicha anakana kuti K20 yachuluka, napereka mtengo wa K15 pa mwezi. Motero anagwirizana pa mtengo umenewu ngati malipiro awo a pamwezi. Utatha mlanduwo abusa amalipidwa ndalama zosakwanira K15. Atafunsafunsa za malipiro Mbusa Muocha anawauza kuti iwo anaitanidwa kukalalikira uthenga wabwino osati kukalandira ndalama. Kenako malipiro a K15 pa mwezi anaperekedwa. Vuto la ndalama linalipodi ndalama zimene mpingo unkapeza kuchokera ku FMB ndiponso ku mpingo sizinali zokwanira kuyendetsera mpingo wonsewo. Nthawi zina pamene amafuna ndalama zochuluka, monga panthawi ya msonkhano wa pachaka, amatuma madikoni kukafunafuna ndalama za msonkhano.

Vuto linanso linali loti panthawiyi abusa sankalemekezedwa ngati mmene amachitira panthawi ya Malikebu. Ngakhale pamene wina atumidwa ku sekishoni mmalo mwa abusa ankalandiridwa bwino ndikukhala bwinobwino ndi anthu a dera limenelo, koma izi sizimachitika kwenikweni panthawi ya Muocha. Izi zinkachitika choncho mwina chifukwa cha kulandira ufulu wodzilamulira, zimene zidapangitsa anthu ambiri kuti aphunzire. Pachifukwa cha ichi, Akhristu ambiri anayamba kusalemekeza abusa omwe anali ophunzira pang'ono kulekana ndi iwo.

Mutu 4
Kupuma pa ntchito ndi wolowa mmalo mwake

Mchaka cha 1987, atagwira mtchito kwa zaka 38, Mbusa Muocha anapuma pa ntchito. Kuchokera mchaka cha 1949 mpaka 1971, anagwira ntchito ngati mbusa, pansi pa utsogoleri wa Dr D.S. Malikebu ndipo kuchokera mchaka cha 1971 mpaka 1987 anali wapampando wa African Baptist Assembly m'Malawi Inc. Panthawi imene iye anali wapampando anatumiza Mbusa Mabuwa ndi Mbusa Chipuliko ku Amerika kukapitiriza maphunziro. Iwowa anabwerako mchaka cha 1983. Mchaka chomwecho, Dr Harvey ndi Dr Weaver anabweranso kudzayendera mishoni. Dr Harvey atakhala pankhonde la nyumba ya mishoni anati abusa awiriwo amene anabwera kuchokera ku maphunziro agwire ntchito kotero kuti mmodzi mwa iwo anapita ku chigawo cha pakati pa miyezi isanu ndi umodzi pamene mbusa wina ankagwira ntchito ku chigawo cha kum'mwera. Kenako anadzasinthana wakum'mwera kupita pakati ndipo wapakati kupita kum'mwera. Izi zidachitika kwa zaka zinayi.

Mchaka cha 1987, bungwe la Foreign Mission Board anatuma Dr William J. Harvey kukapumitsa Muocha. Ndipo mmalo mwa bungweli, Dr Harvey anamuthokoza chifukwa cha ntchito yabwino imene anagwira kwa zaka 17 ali Chairman wa ABA. Motero kumupumitsaku ndi chifukwa choti wakula komanso wagwira ntchito zaka zambiri ngakhale sanatope anayenera kukapuma. "Ndinaona ngati dalitso kwambiri pa kupuma kwanga pa ntchito komabe ndikadali ndi mphamvu zoti ndimatha kugwira ntchito kunyumba kwanga. Inde ndikhozadi kuvomereza!"[1] Chifukwa cha kupuma ntchito kwa Muocha, a bungwe la FMB anamupatsa galimoto ya mishoni yomwe ankagwiritsa ntchito panthawi yake. Galimotoyo inali ya landilova BF 2336. Kuwonjezera apo, anamulonjezanso kumpatsa malipiro ake a penshoni a pa mwezi, komanso anatumiza mwana wake Moses Muocha kunja ku America kukaphunzira. Muocha ndi mkazi wake Sadi anachoka pamishonipo patatha miyezi isanu ndi umodzi. Iwowa anapita kwa Mayaka ku Chiradzulu nakakhala kumene kudali munda wake ndipo adamangako nyumba yake. Muocha adagwira ntchito yake mokhulupirika kwa zaka 17 ngakhale anakumana ndi mavuto ambiri. Monga mmene ananenera Dr Harvey atabwera pa maulendo ake obwera ku Malawi mchaka cha 1995.

Ndakhala ndikubwera kuno ku Malawi kwa zaka zambiri. Dziko la Mala-

---

[1] Muocha 28 August 1995.

wi ndimalikonda ndikuthokoza utsogoleri wa Mbusa Muocha yemwe
analowa mmalo mwa Dr Malikebu, nagwira ntchito kwa zaka 17. Zinali
zaka zovuta ndipo mulipo ena a inu amene simungayamikire ntchito ya
Muocha. Enanu munali ongonyoza ndipo ndinamuuza Muocha kuti
asamvere zimenezo chifukwa ndinaona chimene amachita. Abungwe la
FMB akuyamikira kwambiri ntchito ya Muochayi.[2]

Ndipo Mbusa Chipuliko yemwe analowa mmalo mwa Mbusa Muocha akuti:
"Utumiki wa Mbusa Muocha unali wopambana, anali wolimbikitsa, anali ndi
mphatso yowayanjanitsa anthu makamaka akulu, anali wodziwa kulankhula."[3]
Mbusa Msulira akuti: "Ngakhale Mbusa Muocha anaphunzira pang'ono koma
anaidziwa bwino ntchito ya utsogoleri."[4] Pa uChairman wake Muocha anadzo-
dza anthu 50 kukhala abusa.

Mayina a abusa omwe anadzodzedwa

Omwe anadzodzedwa ndi Dr Malikebu anali L.C. Muocha, B.R. Sankhulani,
B.G. Chibwana, J.C. Mpicha, E. Chamba, E.J. Kafadala, B.S. Milumba, J.L.
Kaludzu, B.G. Mandala, D.J. Khumbanyiwa, J.A.Maneya, Mkwapatira, B. Chi-
puliko (Sr), Kampa, J. Chinyama, I. Chambata, Somanje, Kafulatira, Kakhobwe,
Chambo, Mtambo, J.J. Mang'anda, Bulaimu, B.B. Nadolo, Nakhule, Mbamera,
Mbidi, J.M. Chikumba.

Ndipo, omwe anadzodzedwa ndi Mbusa L.C. Muocha anali W.D. Manyika,
R.G. Msulira, John Nyirenda, M.S. Nthamanga, J.J. Kahova, H.J. Kusakiwa,
B.S. Ntipa, B.S. Sabuni, W.T. Khwepeya, M.R. Mitambo, D.R. Mzozo, W.B.
Folokiya, W.G. Nyandule, M.D. Madikhula, E.W. Mpanda, B.R Sochera, W.D.
Kanchotseni, R.M. Ntchito, M.D. Nsomela, H. Madikhula, M. Muhiye, L.S.
Sagona, M.R. Chiwaula, G.C. Kachepa, Mchecho, Chinyama (Zaire), L.C. Bina-
li, J.M. Muloha, C. Muocha, mwamulu, Gomani, S.B. Mbagalira, Chikaoneka,
Kathewera, Makunganya, Chiwala, Kanenkha, Kuputu, Muriya, S.R. Khuzwayo,
Namarwa, Nalikukuti, Muyeriwa. Ndi Omwe anadzodzedwa ndi Mbusa Chi-
puliko anali B.F. Phiri, A.M Mabvuna, M.A. Kambewa, D.J. Kamenya, V.J.
Buramera, S.R. Kainga, A.S. Manjomo, K.S. Kaludzu, C.J. Chikwengwe, M.J.
Nyalugwe, F.H. Chaima, K.M. Kaliyati, D.K. Mkosi, J.D. Phwatiwa, Chiga-
nang'ana (Zimbabwe), Janota (Mozambique), F. Makondesa, Linyada. Magani-
zo ndipo mayina a abusa omwe anadzodzedwa ndi Mbusa Chipuliko akupitiri-
rabe chifukwa pamene izi zimalembedwa mbusayu anali adakali wapampando.

---

2   Zochokera mu tepi ya zolankhula za Dr Harvey. 5 March 1995.
3   Zochokera kwa Mbusa Chipuliko. 18 December, 1995.
4   Zochokera kwa Mbusa Msulira. 19 September 1995.

Pamene Muocha anapuma pantchito matchalitchi a PIM anali ponseponse m'Malawi muno kupatula maboma a Karonga, Ntchisi, Dowa, Nkhata-Bay ndi Rumphi. Kunja kwa dziko lino kunalinso matchalitchi ena monga ku Mozambique, Zimbabwe, Zambia, South Africa ndi Zaire.

Kuchuluka kwa matchalitchi

DZIKO	BOMA	SEKISHONI	MATCHALITCHI
Malawi	Chiradzulu	Likulu la PIM	7
	Chiradzulu	Kumpoto	8
	Chiradzulu	Kuvuma	12
	Chiradzulu	Kum'mawa	*
	Mulanje	1	*
	Mulanje	2	8
	Mulanje	3	19
	Mulanje	4	11
	Mulanje	5	18
	Mulanje	6	21
	Mulanje	7	3
	Mulanje	8	16
	Mulanje	9	22
	Thyolo	1	16
	Thyolo	2	14
	Thyolo	3	16
	Mangochi	1	16
	Mangochi	2	10
	Machinga	1	10
	Machinga	2	13
	Machinga	3	12
	Machinga	Ntaja	10
	Balaka	1	*
	Balaka	2	16
	Lilongwe	1	17
	Lilongwe	2	10
	Lilongwe	3	9
	Dedza	1	12
	Dedza	2	10
	Ntcheu	1	8
	Mwanza / Neno	1	7
	Zomba	1	*
	Zomba	2	*
	Zomba	3	*
	Zomba	4	14
	Zomba	5	9
	Zomba	6	9
	Zomba	Chingale	20
	Mchinji	1	*
	Kasungu ndi Mzimba	1	6
	Mzuzu	1	*
	Salima	1	6

	Nkhotakota	1	2
	Blantyre	Rural	15
	Blantyre	City	10
	Chikwawa/Nsanje	1	*
Mozambique	Namaloe		3
	Mikanyera		32
	Milanje	1	9
	Milanje	2	11
	Milanje	3	7
	Mongwe		*
	Ntapiri		*
South Africa			*
Zambia			*
Zaire			*
Zimbabwe			*

* Kusonyeza madera omwe nambala yake sinapezeke nthawi ya kafukufuku

Zomwe zili m'mwambamu zikusonyeza kuti panali matchalitchi opitirira 500 panthawi imene Muocha anamupumitsa pa ntchito. Tikatenga chiwerengero cha mamembala 110 pa tchalitchi lililonse, ndiye kuti panthawi yopumayi mamembala onse a PIM analipo 55000. Kuchokera nthawi imeneyo mpingo wakhala ukukulakulabe makamaka ku Ntcheu, Dedza, ku Chiradzulu, kummawa ndi kumadzulo kwa Mulanje 9, Balaka ndi Blantyre.

Wolowa mmalo mwa Muocha

Panthawi ya msonkhano wa pachaka wa mchaka cha 1987, mu August, mulungu wachiwiri pa lachinayi, Mbusa Macford B.K. Chipuliko anadzodzedwa kukhala Chairman wa African Baptist Assembly. Iyi inali nthawi ya hafu pasiti 1 pa bwalo lochitikira msonkhano. Anthu onse anaonetsa chisangalalo chawo komanso kuvomereza zakudzodzedwa kwa Mbusa Chipuliko pokweza manja awo a manja.

Mbusa Chipuliko anabadwa pa 11 August 1949 ku Mbombwe. Bambo wake anali Myao wochokera pamudzi wa Kasuluwaga, mdera la mfumu Mponda ku Mangochi. Anasamuka ku Mangochi ndikukakhala kumudzi wa Mayero pafupi ndi Chileka mdera la mfumu Kuntaja. Bambo wakeyu anali kalipentala ndipo kenako anadzodzedwa kukhala Mbusa ndi Dr Malikebu. Amayi ake a Abena Mateyu analinso Myao, wa pamudzi wa Mkwaila mdera la mfumu Mpama. Iwowa sanalembedwe ntchito iliyonse. Macford Chipuliko anaphunzira sukulu yake ya pulayimale ku Mbombwe, Chiradzulu, Balaka ndi ku Zomba. Kenako anapita ku Secondary ya pulaiveti ya Hezeldin kumene anakalemba mayeso ake a 'Cambridge' a GCE, napambana mchaka cha 1974. Kuchokera mchaka cha 1977 mpaka 1978, anagwira ngati kalaliki wa ku 'Statistics', ku Zomba.

Zimene makolo ake ankachita kumutengera ku tchalitchi komanso ndi kuti anabadwira m'banja la chikhristu zinamuthandiza kutembenuka mtima. Koma pamene anaonetsa kutembenuka mtima kwenikweni munali mchaka cha 1969 atabatizidwa kale. Panali mlaliki wina amene anabwera ndi Dr Harvey kuchokera ku America yemwe analalikira uthenga wokhudza. Atalalikira anaitanidwa onse amene anakhudzidwa nawo uthengawo ndipo Chipuliko anali mmodzi mwa anthu amene analandira Yesu patsikulo. Atatembenuka mtima, anakonda kugwira ntchito ya Ambuye. Motero mchaka cha 1970 anamva maitanidwe kukagwira ntchito ya Mulungu. Anakamufotokozera izi Mbusa Colvin wa pa mishoni ya Blantyre kuti amufufuzire sukulu ya abusa poti pa Mbombwe panalibe. Izi sizinatheke. Kenako anabwera ku Mbombwe kukakumana ndi Mbusa Muocha. Anamufotokozeranso za zomwe iye ankafuna, kukatumikira Ambuye. Mbusa Muocha anamulimbikitsa kuti ayambe wadikira chifukwa anali akadali pasukulu, namupatsa mabuku kuti abaphunzitsa sande sukulu. Adaphunzitsa ku Balaka, ku Kanjedza, ku Blantyre, ndi ku Sadzi ku Zomba.

Ku Zomba anasankhidwa kukhala Home Preacher. Patapita nthawi Mbusa Muocha anafunsa Dr Harvey za Chipuliko. Ndipo mchaka cha 1978 Dr Harvey anakumana ndi Chipuliko namutumiza ku America mchaka cha 1979. Ali ku America, analowa sukulu ya ubusa ku "American Baptist Theological Seminary" ku Nashville, mdera la Tennessee. Anamaliza maphunziro pa May 1983 nalandira digrii ya BA ndi BTh. Anabwera kuno ku Malawi mchaka chomwecho pa August namutumiza ku Lilongwe kukakhala mbusa woyang'anira chigawo chonse chapakati. Anakhala ku Lilongwe kuchokera mchaka cha 1984 mpaka 1985 pamene anabwerera ku Mbombwe ndikukathandiza ntchito Mbusa Muocha. Pa February 1985, Mbusa Sankhulani anamanga ukwati wa Bambo Chipuliko ndi Mayi Roselyn Chaima mutchalitchi cha New Jerusalem Temple.

Mayi Roselyn anabadwa pa 14 January mchaka cha 1964 pa chipatala cha pa Chambe mdera la mfumu Mkanda. Bambo ake anali Mlomwe ndipo amayi ake anali Myao wa pamudzi wa Mkanda. Onsewa ankachokera m'boma la Mulanje. Ali ndi Muocha, Chipuliko anachita misonkhano ndikuphunzisa za ulaliki.

Atatenga uChairman, mavuto amene anakumana nawo ndiwosowa ndalama zokwanira zoyendetsera mpingowo. Komanso panalibe anthu okwanira omuthandiza ntchito monga alembi, asungichuma ndi makalaliki. Komanso kabweredwe ka anthu kutchalitchi cha New Jerusalem Temple kanali kochepa ngakhale kuti tchalitchi linali ndi mamembala ambiri. Anafuna kukwaniritsa zosowa za mpingo monga maphunziro, ulaliki, komanso anayambitsa pulogalamu yomanga matchalitchi pamodzi ndi nyumba za abusa.

Mutu 5
Kulimbika ndi Kufooka kwa Utumiki

Panthawi ya uChairman wa Muocha anayesetsa kulimbikitsa utumiki wa tcha-litchi potumiza anthu ena ku America kukaphunzira. Poyamba anatumiza Baxton Chapota wa ku Lilongwe. Atamaliza maphunziro ake a zaka zisanu, sana-dzagwire ntchito ndi mpingowu. Kenako anatumiza Macford Chipuliko amene anadzalowa mmalo mwake. Patatha miyezi isanu ndi umodzi anatumizanso Addison Mabuwa. Addison anabadwa pa 7 December 1936 ku Messina, Happy Mine ku South Africa. Anayamba sukulu yake ya pulayimale mchaka cha 1946. Mchaka chomwecho, iye pamodzi ndi makolo ake anabwera kuno ku Malawi. Mbusa Mabuwa anachokera pamudzi wa Katundu m'dera la mfumu Chimaliro ku Thyolo. Anagwirapo ntchito ku positi ofesi. Mchaka cha 1968 pa March 18 anakwatira Mayi Clementina Manyuchi. Pa 31 December 1978, anapuma ntchi-to ku positi ofesi pa chifukwa choti anapeza mwayi wokaphunzira za ubusa ku America. Mwamwayi pa nthawi imeneyo boma la Malawi linapereka chikalata cholola anthu omwe akwanitsa zaka 40 ndipo agwira ntchito kwa zaka 20 kuti akhoza kukapuma. Mbusayu anachitira mwayi pamenepa. Maitanidwe ake ku utumiki anayambira pemene ankagwira ntchito m'boma. Analota kawiri kuti akulalikira gulu la azungu mtchalitchi. Anamufotokozera Mbusa Muocha yemwe anadzamulimbikitsa kulowa nawo mu utumiki wa uthenga wabwino. Pothandizidwa ndi Muocha, Dr Harvey anakonza ulendo wa Mabuwa. Anaka-lowa nawo sukulu ya abusa ya American Baptist Theological Seminary ku Nash-ville, Tennessee. Mbusa Mabuwa anayenera kukapezeka kusukuluko pa January 1979 koma akuluakulu a boma la Malawi anamuchedwetsa kotero kuti ananya-muka pa mwezi wa June chaka chomwecho. Anatsalira mmbuyo ndi chigawo chimodzi. Atamaliza maphunziro ake analandira digiri ya BTh ndi BA. Ana-dzodzedwa kukhala mbusa ndipo anabwera ku Malawi mchaka cha 1983 pa 5 August. Anagwira ntchito ndi mpingo wa PIM ngati wamkulu wa maphunziro achikhristu ndi a ulaliki.

Kubwera kwake kunathandiza kupititsa patsogolo maphunziro achikhristu mumpingowu. Anathandiza kuphunzitsa amene anaitanidwa kuutumiki. Anapi-titsanso patsogolo maphunziro a ku sukulu ya abusa powaphunzitsa maphu-nziro abwino. Maphunziro omwe ankaphunzitsidwa kusukulu ndi monga, chi-phunzitso cha mpingo wa Baptist, kulalikira, chipangano chakale ndi chatso-pano, kufotokoza chikhulipiriro cha chikhristu, zoyimbaimba, mbiri ya mpingo, dongosolo la muofesi komanso ndi kuphunzira kudziwa thupi ndi kulisamalira.

Kuonjezera apa ankakonza misonkhano ya azibusa, achinyamata komanso maphunziro a utsogoleri kwa amuna ndi akazi. Nthawi zina pamisonkhano yotere amaitana mlaliki kapena mphuzitsi monga Dr Banks wa ku America ndi Mbusa Leczo[1] wa ku America yemwe tsopano anakhazikika ku Malawi. Panthawi imene Mbusa Muocha anapuma ntchito, Mbusa Mabuwa anapitirira ndi ntchito yake yokhala wamkulu wa maphunziro a chikhristu ndi aulaliki mu mpingowu wa African Baptist Assembly Malawi Inc.

A bungwe la Foreign Mission Board anathandiza kwambiri pa utumiki wa Mbusa Muocha zimene zinathandizanso kukula kwa mpingo mnjira zosiyanasiyana. Bungweli linathandiza abusa pamene abusawa amalandira K15 pa mwezi, Mbusa Muocha anapempha a bungweli kuwonjezera malipiro awo. Anawakwezera malipirowa mpaka K15.75. Komanso a bungweli anawatumizira mmishonale, Mayi Josephine Mintor amene anadzathandiza kugwira ntchito mchipatala ndi kuphunzitsa amayi zosokasoka. Bungweli linagulanso magalimoto a mishoni komanso nsapato ndi zovala za abusa. "Panalibe kulekelera kumbali ya FMB. Anatithandiza ndi mtima wonse."[2] Pa mwezi wa September mchaka cha 1974, Mbusa Muocha anaitanidwa ku America ndi bungweli kuti akalankhule pamsonkhano umene bungweli linakonza wa National Baptist Convention, USA, Inc. Msonkhano unachitika pa Buffalo Memorial Auditorium ku New York. Mamishonale ena amene anali pa tchuthi anabweranso ku msonkhanowu, monga Annie P. Little John wa ku Bendoo Mission Mayi Josephine Mintor wa ku Providence Industrial Mission, Della M. Mcrew wa ku Suehn Mission ndi Mayi Leola H. Stephens, Regional Director of the FMB, USA. Oyimba onse anachokera kudera la Buffalo.[3] Mchaka chomwecho Mbusa Muocha analowetsa mpingo wa African Baptist Assembly mu mngwirizano wa Baptist World Alliance (BWA) ku Louisville, Kentucky ku America. Utumiki wa Muocha unalidi wopambana ndipo chifukwa cha ichi abusa ena anati "Ndikudabwa mmene Muocha adathera kuyendetsa utumiki waukulu chotere pomwe iye adali wophunzira pang'ono".[4]

Zinthu zingapo zidafooketsa utumiki wa Muocha. Chimodzi mwa izi ndi kusowa kwa chuma. Anthu sadali kupereka kwambiri ku ntchito ya Mulungu koma mpingo udali kudalira kwambiri pa zopereka za pamwezi za Akhristu. Zoperekazi zidali motere; Amuna amapereka 50t pa mwezi, akazi 40t, anyamata 20t ndipo atsikana 15t pa mwezi. Iyi idali njira yokhayo Akhristu adali kuthandizira mishoni pa nkhani ya ndalama. Anthu sadali kuphunzitsidwa za cha-

1   Mbusa Leczo ndi wa Baptist koma satumikira mu mpingo wa PIM.
2   Zochokera kwa Mbusa Muocha, 14 December, 1995.
3   Zochokera pa chikalata choitanira anthu kumsonkhano wa ku Buffalo, USA. 1974.
4   Zochokera kwa Mbusa R.T. Mbule. 28 September, 1995.

khumi, motero ntchito ya Mulungu siidathe kuyenda momwe ikadayendera. Pachifukwa ichi chitukuko chidali chochepa. Mwachitsanzo panthawi ya Muocha padalibe ntchito yaikulu ya zomangamanga, monga kumanga matchalitchi mothandizidwa ndi mishoni. Anthu adali kudzithandiza okha mmadera awo. Ngakhale kuti ndalama yomwe adali kufunsidwa kupereka pa mwezi idali yochepa, ena mwa iwo adanyalanyaza ndipo sadapereke mokhulupirika chifukwa choti ndalamazo zikapita ku mishoni sizimagwiritsidwa ntchito mosamala.

Kudalibe ndondomeko yeniyeni yogwiritsira ntchito ndalamazo. Mwachitsanzo pamsonkhano waukulu wapachaka, mulipoti lomwe limalembedwa mudalibe chilichonse chokhudza dongosolo la ndalama. Monga ndalama zomwe mpingo udagwiritsa ntchito chaka chimenecho komanso ndi ndalama zomwe zinali ku banki. Anthu sadadziwe bwino mmene mpingo wagwiritsira ntchito ndalama. Pamishonipo padalibe nyumba zabwino zoti akadakhoza kupanga maofesi. Anthu sadaone chitukuko chikuchitika ndipo pachifukwa ichi zidapangitsa kuti utumiki ukhale wofooka mmadera ena.[5]

Nyumba zomwe zidamangidwa panthawi ya Dr Malikebu, anthu a kumidzi sakadatha kuzisamalira. Motero nyumbazi zidayamba kugwa monga tchalitchi cha Mphanda m'boma la Lilongwe.[6]

Chifukwa china chomwe chidafooketsa chidali kusoweka kwa sukulu yeniyeni ya abusa. Kotero kuti abusa sadali kulandira maphunziro okwanira. Anthu ambiri omwe adalembetsa kuti akhale abusa, nthawi yambiri anali kugwira ntchito, ena anali kukalima ku munda wa mishoni. Enanso anali kugwira ntchito zina ndi zina za pamishonipo. Mwachitsanzo gulu lomaliza lomwe Muocha adalidzodza mchaka cha 1985 ankagwira ntchito yokulitsa dziwe lobatizira anthu. Adaswa miyala ndikumangira m'mbali mwa dziwelo kuti lizitha kusunga madzi ambiri. Ntchitoyi idatenga zaka zinayi. Kenaka adakhala ndi maphunziro kwa mwezi umodzi wokha nadzodzedwa kukhala abusa. Atabwera Mbusa Mabuwa ndi Mbusa Chipuliko adayesetsa kuikonzanso sukulu ya abusayi kuti ithe kugwira ntchito yake monga kudayenera.

Kufooka kwina kwa utumikiwu kudabwera chifukwa choti Muocha adakula ndikuti Muocha adagwira ntchito nthawi yaitali, anthu adafuna kusintha kuti aone zinthu zatsopano. Komanso chifukwa cha kukula Muocha ankakonda kulankhula kwambiri. Mmasiku ake omaliza, adalephera kusamala nyumba yosungiliramo mabuku ya L.J. Jordan Memorial Library imene Dr Malikebu adamanga mchaka cha 1955. Chiswe chidaononga mitengo yonse ya kudenga.

Mvula ikagwa nyumbayo imadontha kwambiri motero mabuku ambiri adaonongeka.

Mmadera ena ntchito idali kulowa pansi chifukwa cha anthu ena amene adali kumujeda Muocha. Izi zidabwezeretsa mbuyo anthu ena kupereka chopereka kumpingo ndipo ntchito zachitukuko zomwe zidali kusowa ndalama zidaima ndikulephereka. Choncho vuto la ndalama lidali chinthu chachikulu chimene chidafooketsa utumiki wa Mbusa ndi Mayi Muocha ndipo mapulani ena omwe adali nawo sadathe kuwakwaniritsa.

Mathero

Monga Yesu adasankha ndi kutuma apositoli, choncho akupitirizabe kupyolera mwa Mzimu Woyera kusankha ndi kuitana anthu ku utumiki wake. Mbusa Muocha adali mmodzi mwa iwo. Kulimbika kwake kudathandiza kukuza ntchito ya PIM m'Malawi komanso maiko ena. Motero ndagawa utumiki wa Muocha pawiri.

Mzaka za pakati pa 1949 ndi 1971 ndikuiwona ngati nthawi yomwe utumiki wake udayamba kutulukira. Panthawiyi Muocha ankathandizana ndi Mbusa Malikebu yemwe anali wapampando. Malikebu adamukhulupirira Muocha kotero kuti adali wapamtima pake. Izi zidawoneka pa zomwe Muocha ankachita, Malikebu akakhala patchuthi ndipo wapita ku America. Malikebu amasiyira Muocha chuma chonse cha mishoni ndipo Muocha amatha kugwira bwino ntchito yonse yomwe Malikebu adali kugwira.

Malikebu amatha kutumiza Muocha kutali, monga ku South Africa kuti akayendere ntchito ya PIM. Ndipo umodzi mwa maulendowa, Malikebu ali ku America, Muocha adaitanitsidwa kuchokera ku South Africa kuti adzalongosole nkhani zina ndi zina ku Mbombwe zomwe Mbusa Mdala, yemwe adamusiira udindo woyang'anira pamishonipo, sakadatha. Komanso panthawi yomwe asirikali achitsamunda analamula kuti aliyense asayendeyende, adali Muocha yekha yemwe adalimba mtima ndikudutsa pakati pa asirikaliwo ndikukalowa mnyumba ya Malikebu. Zomwe Malikebu adanenapo adati, adadziwa kuti Muocha adzabwera. Apa tikuona Muocha ngati Barnaba (mwana wachilimbikitso) ku banja la Malikebu, adali ngati Yosefe kwa Apositoli aja (Machitidwe 4:36-37).

Monga ngati amithenga komanso akazembe, abusa ndi nthumwi zoyimira Yesu Khristu kwa anthu ndipo amalalika uthenga wake wakuyanjananso ndi Mulungu. Muutumiki wa Muocha ndikuona kulimbika kwina kwapadera kumene kudamupangitsa kukwaniritsa ntchito imeneyi, imene ili lamulo lalikulu lomwe Yesu analamula aliyense omukhulupirira. Mbusa Muocha adali ndi kulimba mtima kwapadera mwa iye, kumene ndikuganiza kuti kudapatsidwa kwa iye ndi cholinga, kuti akakwaniritse ntchito ina. Kotero kuti pofika chaka cha 1966 adali atayambitsa kale mpingo wa PIM ku Mozambique, Zambia ndi Congo kuphatikizapo ina imene adaikhazikitsa mmaboma ena muno m'Malawi.

Panthawi imeneyi Mbusa Muocha ndi mkazi wake adachita zambiri kumpingo wa PIM. Adakuza ntchito zake komanso ndikukhazikitsa matchalitchi ambiri, motero anthu ambiri anatembenuka mtima. Anthu otembenukawa analowa nawo mgulu la okhulupirira Yesu Khristu m'dziko lonse lapansi.

Ku Congo, Muocha anabatizanso, onse adabatizidwa ndi Ilunga Mbiri. Anthu ambiri akhoza kufunsa kuti chifukwa chiyani Muocha adabatizanso kachiwiri anthuwa? M'buku lotchedwa *Christian Doctrine* lomwe lidalembedwa ndi Thomas Conner mukupezeka mayankho atatu okhudza funsoli. Loyamba, mkulu wampingo kapena mbusa ali wovomerezeka kubatiza. Kuganiza kotere kukusiyanitsa akulu ampingo kapena abusa ndi anthu wamba. Chinthuchi nchachilendo mu chipangano chatsopano mmene akuti mkhristu aliyense ndi wansembe. Ganizo lina ndi lakuti mkhristu wina aliyense akhoza kubatiza. Koma izi zikhoza kubweretsa chisokonezo komanso kusamvetsana. Ganizo lina lachitatu ndi lakuti udindo wa kubatiza umakhala ndi mpingo. "Ichi tikhulupirira kuti ndicho chinthu chabwino. Chifukwa chake ndi chakuti ubatizo umaonedwa ngati njira yowonetsera kwa anthu kuti walapa ndi kulandira Yesu, komanso ndikuonetsa kwa anthu ndiwe mmodzi mwa anthu okhulupirira."[7]

Pa mwambo wa mpingo wa PIM, ndi Mbusa wodzodzedwa yekha amene amakhala ndi udindo wobatiza. Choncho ndikuona kuti Muocha adalondola pobatizanso anthu aja, makamaka chifukwa chakuti panthawiyi mpingowu udali kubzalidwa kumene ku Congo zikadatheka kuwasiya anthuwa osawabatizanso, koma zikanabweretsa kusamvetsetsana mtsogolo. Anthu sakadadziwa maziko enieni a mpingo wa PIM pa ubatizo. Ngakhale ndikuyamikira ndi kugwirizana ndi ganizo la chitatuli, loti ubatizo umakhala mmanja mwa mpingo ndikuganiza kuti ngati mpingo udapereka mphamvu kwa anthu mumpingo (monga abusa) kuti abatize, sindikuonapo vuto chifukwa udindowo uli ndi mpingo. Choncho sindikuonapo chilichonse chomwe Muocha adalakwa pobatizanso anthu aja. Poti udindo waukulu wa mbusa ndikusonkhanitsa ndikumangirira thupi la Khristu polalikira ndikuphunzitsa mau a Mulungu. Ndizokondweretsa kuona kuti mpingo wa PIM adavomereza kudzodzedwa kwa Mbusa Mukisi ndi Mbusa Musamba a Southern Baptist ku Zambia. Iwo adàngosintha chabe malo opempherera kuchokera ku Southern Baptist kupita ku National Baptist (PIM ya ku Zambia).

Mu zaka za pakati pa 1971 ndi 1987 ndi gawo lachiwiri la utumiki wa Muo-

---

7   Zochokera m'buku lolembedwa ndi T. Conner, *Christian Doctrine*, Nashville: Broadman, 1937.

cha. Iyi ndi nthawi yomwe anali wapampando wa mpingo wa PIM. Mzaka zake zoyambirira pa udindowu, zidali zovuta kwambiri. Kuchoka kwa abusa atatu mumpingo, zidafooketsa utumiki wake. Ndipo mmalo moganiza mmene akadayendetsera mpingo anali kuganiza za mmene akadapulumutsira matchalitchi ena. Mchaka cha 1975, Mbusa Msulira anachoka mumpingo nakayambitsa mpingo wake wotchedwa "Living Gospel Mission". Ndikuganiza kuti mayendetsedwe a mpingo amene adalipo pa nthawiyo ndiwo amene adapangitsa kuchoka kumeneku. A Baptist amapereka ufulu mkayendetsedwe kawo ka mpingo. Mpingo uliwonse umadzilamulira ndikuima paokha mkayendetsedwe ka zinthu zochitika pa mpingopo. Ndikukhulupirira kuti izi zidapereka mpata kwa Mbusa Msulira kubweretsa chiphunzitso chosiyana ndi cha PIM. Patsogolo pake adaulula kuti Mbusa Muocha adavomereza zakuyambitsa mpingo winawo. Motero aliyense anapatsidwa mwayi wosankha kupita ku PIM kapena kukhala mumpingo womwewo wa "Living Gospel Mission". Mpingo wa Living Gospel ndi wa chipentekosite koma ku America uli ndi abale ku mipingo yonse ya chipentekosite ndi ya Baptist ngakhalenso muno m'Malawi. Mkapembedzedwe kawo munthu akhoza kuona kuti machitidwe ena anali ochokera ku PIM, zina zimene amachita zinali za chipentekosite. Izi zikundikumbutsa zipembedzo ziwiri. Chipembedzo chonenedwa pakamwa ndi chipembedzo china chochitidwa. Mukungokamba pakamwa chipembedzo cha Living Gospel chinali cha chipentekosite koma chenicheni chimene chimachitika chinali chophatikiza chibaptist ndi chipentekosite. Ndikuchokera pachipembedzo chachiwirichi chomwe ndikuona zina zomwe Muocha amachita zikuchitika mumpingowu wa Living Gospel.

Munthu akaganiza cholinga cha mpingo kuti ndicho kukulitsa chiyanjano pakati pa Akhristu wina akhoza kudabwa kuti Mbusa Muocha angamuchotserenji munthu mumpingo wake. Paulo akunenetsa za chiyanjano cha pa Akhristu komaso ndi kuti Akhristu ayenera kuwonetsa makhalidwe oyenera. Makamaka analimbikitsa kuti abale amene ali aakulu mchikhulupiriro athandize ofooka. Poganizira izi, tisaiwale kuti Paulo yemweyo anaona kuti kunali kofunika kuti aliyense wosamvera komanso wosokoneza mamembala ena ayenera kuchotsedwa mumpingo (1 Akor 5:1-12, muonenso pa Mat 18:15ff). Nthawi yomweyonso ndinaona maganizo a Muocha okhudza chiyero kuti afanafana ndi chikhulupiriro cha a Free Church kapena ma Evangelical. Potsindikiza kuti onse okhulupirira ndi oyera choncho ngati wina sakhala moyo wachiyero ayenera kudulidwa mumpingo. Akhristu onse ali oyenera kukhala oyera. Iwo amene anawomboledwa ndi mwazi wa Mwana Wankhosa. (1 Akor 7:14).

Ngati cholinga cha mpingo ndikufalitsa uthenga wabwino paliponse, ndiye kuti Mbusa ndi Mayi Muocha anakwanitsa mmene akuperekera umboni mkhristu wa PIM wa ku Zaire Sam Darafat "kukadakhala kuti Akhristu a PIM sadachite mmene adachitira ine sindikadamudziwa Yesu ngati Mbuye ndi Mpulumutsi wa moyo wanga. Panthawi ya nkhondo ku Zaire, ndinatengedwa ndikukasiyidwa pa chilumba cha mumtsinje wa Congo. Tsiku lina pamene gulu lathu linkakwera phiri linapeza katchalitchi ka PIM. Katchalitchi konseko kanagwetsedwa ndipo padalibe chotsalapo kupatula buku limene linali patebulo. Anatiuza kuti tisatolepo chilichonse pamenepo chifukwa kakhoza kukhala kabomba. Ndinazindindikira kuti anali Mzimu Woyera amene anandipatsa chitsimikizo kuti nditole buku lija ndinalisunga baibulo lija ndikumaliwerenga kawirikawiri. Ndipo mphamvu ya mawu a Mulungu inandilimbitsa ndipo ndinalandira Yesu mmoyo wanga. Pamenepo ndinakhala mkhristu wa PIM Baptist. Kuchokera nthawi imeneyo mpaka tsopano ndimayamika Mulungu chifukwa cha chipulumutso changa komanso ndimayamika Akhristu a PIM amene anapereka baibulo, limene linakapezeka ku katchalitchi ka pa chilumba mumtsinje wa Congo".[8] Mbusa Muocha ndi Mkazi wake adalidi atumiki a Mulungu omwe utumiki wawo muno m'Malawi ndi kunja komwe umapereka chikumbutso cha mbiri ya African Baptist Assembly Malawi Inc.

---

8   Zochokera mu Providence Industrial Mission, Baptist Young People's Union Newsletter, Vol. 1, No 2, December 1993 - March 1994. p.15.

Index

Printed in the United States
By Bookmasters